பதினாறாம் காம்பவுண்ட்

அண்டோ கால்பர்ட்

பதினாறாம் காம்பவுண்ட்	:	நாவல்
ஆசிரியர்	:	அண்டோ கால்பர்ட்
	:	© ஆசிரியருக்கு
முதற்பதிப்பு	:	டிசம்பர் 2014
வெளியீடு	:	வம்சி புக்ஸ்
		19, டி.எம்.சாரோன்,
		திருவண்ணாமலை - 606 601
		செல்: 9445870995, 04175 - 251468
அச்சாக்கம்	:	மணி ஆப்செட், சென்னை - 600 077
விலை	:	₹ 120/-
ISBN	:	978-93-84598-07-5

Pathinaram Compound	:	Novel
Author	:	Anto Gaulbert
	:	© Author
First Edition	:	December 2014
Published by	:	Vamsi books
		19.D.M.Saron,
		Tiruvannamalai - 606 601.
		9445870995, 04175 - 251468
Printed by	:	Mani Offset, Chennai - 600 077
	:	₹ 120/-
ISBN	:	978-93-84598-07-5

www.vamsibooks.com - e-mail: vamsibooks@yahoo.com

என் குடும்பத்தின் பழுத்த வேரான ஆச்சி.ஜொசிக்கும்,

என்னுயிர்த் தோழன். பிரவீனுக்கும் (CAPTAIN J.P.)

புதிரினுள் நுழைவது எளிது...

இந்தப்பிரபஞ்சத்தில் உயிருள்ள ஒவ்வொன்றும் பிறக்கும்போதே வாழ்வு ஒரு முகமாகவும் மரணம் இன்னொரு முகமாகவும் கொண்டே பிறக்கின்றன. பிறந்த பிறகு வாழ்வும் மரணமும் நிழலும் நிஜமுமாக ஒன்றையொன்று துரத்திக் கொண்டேயிருக்கின்றன. எது நிழல்? எது நிஜம்? என்பதில் தான் குழப்பம். அதனால் தான் மௌனி தன் கதையில் எவற்றின் நிழல்கள் நாம்? என்று கேட்டார். வாழ்வதில் தான் மரணத்திற்கு அர்த்தம் கிடைக்கிறது. அதே போல மரணத்தில் தான் வாழ்வும் விகசிக்கிறது. வாழ்வோடு பிறக்கிற மரணம் வாழ்வு முழுவதும் உடன் பயணிக்கிறது. வாழ்வு ஒவ்வொரு கணமும் மரணத்தையும் மரணம் ஒவ்வொரு கணமும் வாழ்க்கையையும் ஞாபகப்படுத்திக் கொண்டேயிருக்கும். வாழ்வும் மரணமும் விளையாடும் இந்தச் சதுரங்க விளையாட்டில் எப்போதும் மரணமே ஜெயிக்கிறது. ஆனால் வாழ்நாள் முழுவதும் மரணம் வைக்கின்ற ஒவ்வொரு செக்கிலிருந்தும் வாழ்வு தன்னிலிருந்து எதையாவது இழந்து அல்லது பலி கொடுத்து மரணத்தின் ஆலிங்கனத்திலிருந்து தப்பிக்கிறது. மரணத்திலிருந்து தப்பிப்பதற்காக விலகி ஓடுகிறபோதே மரணத்தின் அருகில் சென்று கொண்டிருக்கிற விந்தை நிகழ்கிறது. இந்த விந்தை யே வாழ்வை வசீகரப்படுத்துகிறது. எப்போதும் எல்லோரையும் நிழலெனப் பின் தொடர்ந்து கொண்டேயிருக்கிற மரணம் சிலருடைய வாழ்வின் முன்னால் அபத்தமாகி விடுகிறது. மரணம் நிரந்தரமானது என்றாலும் அதை விட நிரந்தரமான வாழ்க்கையைச் சிலர் வாழ்ந்து விடுகிறார்கள். எல்லோரையும் வெற்றி கொள்ளும் மமதைமுகம் கொண்ட மரணம் அப்போது தோற்றோடிக் கொண்டிருக்கிறது.

பெரும்போலோர் மரணத்துடன் கண்ணாமூச்சி விளையாட்டு விளையாடிக் கொண்டே கழிக்கிறார்கள். பிறந்ததிலிருந்து புரிந்து கொள்ள முடியாத வாழ்வின் சிடுக்குகள் பிரியும் வேளை மரணம் தரிசனம் தருகிறது. அப்போது மனிதன் இன்னும் ஒரு தடவை வாழமுடிந்தால் சரியானபடி வாழ்வேன் என்று மரணத்திடம் தவணை கேட்கிறான். கண்களோ, காதுகளோ, அறிவோ இல்லாத முரட்டு யந்திரம் இந்த மரணம். அதற்குத் தன்னைப்பற்றியும் தெரியாது. வாழ்வைப்பற்றியும் தெரியாது. குழந்தைகள் என்றும் இளைஞர் என்றும் பெண்கள் என்றும் முதியவர்கள் என்றும் அது பிரித்துப் பார்ப்பதில்லை. ஏனெனில் அது அதுவாகவேயிருக்கிறது. இந்தப் பிரபஞ்சத்தில் உயிர் தோன்றியவுடனேயே அதுவும் தோன்றிவிட்டது. உயிர் பரிணாமவளர்ச்சி பெற்று மாறிக் கொண்டேயிருந்தது. ஆனால் மரணம் மாறவே இல்லை. அதன் வழிகள் பல்கிப் பெருகின. அத்தனை வழிப்பெருக்கத்தையும் மனிதனே ஏற்படுத்திக் கொடுத்தான். தன் வாலை தான் விழுங்கும் பாம்பென வாழ்வு மரணத்தை விழுங்கி அதனை இல்லாமல் செய்துவிடப் பார்க்கிறது. தன்னை முழுங்கி தானில்லாமலாகிறது.

ஒரு வகையில் மரணமும் ஆண்டோவின் 16 ஆம் காம்பவுண்டில் ஒரு முக்கிய கதாபாத்திரம் என்பதாலேயே இத்தகைய ஒரு முன்குறிப்பு.

மாயூரம் வேதநாயகம் பிள்ளையின் பிரதாப முதலியார் சரித்திரம் தொடங்கி இன்றுவரை ஆயிரக்கணக்கான நாவல்கள் தமிழில் வெளி வந்துள்ளன. நடையிலும் உத்தியிலும் மொழியிலும் உரையாடலிலும், சித்தரிப்புகளிலும், எத்தனை விதங்கள்! அதே போல அந்தப் பிரதிகள் காட்டிய வாழ்க்கை, அதன் மாந்தர்கள் எத்தனை ரகங்கள்! கற்பனை யதார்த்தம், யதார்த்தம், விமரிசன யதார்த்தம், சோசலிச யதார்த்தம், நியோ யதார்த்தம், மாய யதார்த்தம் என்று எத்தனை விதமான அழகியல் கோட்பாடுகளை நாவல்களும், நாவல்களை

கோட்பாடுகளும் உருவாக்கின. இன்னும் இன்னும் கலையின் பீடத்தில் நவநவமாய் புதிய தோரணங்கள்! இதோ புத்தம் புதியதாய் ஒரு ஆபரணம். ஆண்டோவின் 16 ஆம் காம்பவுண்டு என்ற நாவல்.

நவீன உரைநடை இலக்கிய வடிவங்களில் நாவல் இலக்கியம் மிகவும் சவாலானது. சிறுகதை ஒரு குறிப்பிட்ட கணத்தின், அனுபவத்தின், கருத்தின், புனைவுவிசாரணை. ஒரு கோட்டோவியமாய் சிறுகதையை உருவகித்தோமானால் நாவலை வண்ண வண்ண நிறங்களினால் தூரிகைகள் பெருமை கொள்ள கண்ணைப் பறிக்கும் ஓவியம் என்று சொல்லலாம். உற்றுக்கவனிக்கும் தோறும் புதிய புதிய கோணங்களில் நம்மை ஆட்கொள்ளும் அற்புத வடிவம் நாவல். அந்த வடிவத்தை மிகச் சுலபமாகக் கைக்கொண்டு 16 ஆம் காம்பவுண்டு நாவலை எழுதியிருக்கிறார் ஆண்டோ.

ஆண்டோவின் 16 ஆம் காம்பவுண்டில் கதை சொல்லும் உத்தி வாசகனின் ஆர்வத்தைத் தூண்டுகிறது. காலம் குறிக்கப்படும்போது வாசகமனது ஒரு அவசரமான மர்மத்தைப் பின்தொடரும் ஆவலைப் பெறுகிறது. சென்னையில் ரயில் ஏறுகிற பிரவீணின் ஒரு வாரகாலம் தான் கதைக்காலம். அந்தக் காலத்துக்குள் இருநூறு முந்நூறு ஆண்டுகால வரலாறும் வருகிறது. ஒரு குடும்பத்தின் கதையாகத் தொடங்குகிற நாவல் 16 வீடுகளைக் கொண்ட பெரிய காம்பவுண்டின் கதையாகவும் 16 வீடுகளைக் கொண்ட சின்னக் காம்பவுண்டின் கதையாகவும் விரிகிறது. இந்த விரிவில் ஆழ அகலமில்லையென்றாலும் பல வண்ணக்கலவையான கதை மாந்தர்களை நமக்கு அறிமுகப்படுத்துவதில் வெற்றியடைகிறது. 32 வீடுகளின் கதைகளாக மாறியிருந்தால் ஒரு பெரும் நவீன இதிகாசமே உருவாகியிருக்கும் என்று எண்ணாமலிருக்க முடியவில்லை.

பரதவர், நாடார், இசுலாமியர், ஊடாட்டங்கள் 16 ஆம் நூற்றாண்டினைத் தொட்டுத் திரும்புகிற லாவகம். ஊடும் பாவுமாய்

தூத்துக்குடி நகரத்திலுள்ள பனிமயமாதாக்கோவில் வரலாறு, திருவிழா என்று நிகழ்காலத்தின் வழியாக கடந்த காலத்தை கண்முன் கொண்டுவந்து நிறுத்துகிறார் ஆண்டோ. அறுபதுகளிலேயே இலங்கையில் சிங்கள இனவெறி தலைகாட்டியதையும் அதனைப் பயந்து தமிழகத்துக்குத் திரும்பி வந்த குடும்பத்தையும் சுட்டிச் செல்கிறார். கிறித்துவக் கோவிலின் பாகுபாடுகளைத் தொட்டுச் செல்லும் நாவலின் கதை மையக் கதாபாத்திரமான பிரவீணைச் சுற்றியே நிகழ்கிறது. சிறுவயதிலேயே கப்பல் மாலுமியாக வேலைக்குச் சென்றவன் பல ஆண்டுகளாக சொந்த ஊரான தூத்துக்குடிப் பக்கம் வரவில்லை. வந்து போவதற்கான எந்த முகாந்திரமும் தூத்துக்குடியில் இல்லை என அவன் நினைக்கிறான். அவனுடைய அப்பா அம்மாவின் அகால மரணம் அவனுக்குள் ஏற்படுத்திய விரக்தியை மாலுமியாக கடல்வழி நாடு நாடாகச் சுற்றியலைவதின் மூலம் ஆற்றிக் கொள்ள நினைக்கிறான். எப்படியோ அவனுடைய ஆச்சி ஜொஸியம்மாவின் வற்புறுத்தலினால் திரும்பி வரும் அவனை ஸ்வீட்டியின் மூலம் வசந்தம் அழைக்கிறது. வாழ்வில் ஒரு பிடிப்பும் அர்த்தமும் தோன்றுகிறது.

நாவலில் தூத்துக்குடி நகரமும் ஒரு கதாபாத்திரமாக வருகிறது. பனிமயமாதா கோவில், அந்தோணியார் கோவில், சார்லஸ் தியேட்டர், ஹோலிகிராஸ் பள்ளி, ரோச் கடற்கரை, முயல்தீவு, கண்ணா சில்க்ஸ், என்று கண்முன்னால் தூத்துக்குடி பிரதிபலிக்கிறது. பிரவீணின் வாழ்க்கை ஒவ்வொரு நாளும் ஒவ்வொரு பொழுதும் ஒவ்வொரு கணமும் இனிக்கிறது. இப்படியே தான் வாழ்க்கை இருக்கும் என்று எல்லோரும் நினைத்திருக்க வாழ்க்கை வேறொன்றை தன் கையிருப்பாக வைத்திருக்கிறது.

கதாபாத்திரங்களின் சித்தரிப்பில் பெருமளவுக்கு வெற்றி பெற்றிருக்கிறார் ஆண்டோ. பிரவீண், ஜொஸியம்மா, கனி ஆச்சி, ஜோசப், ஸ்வீட்டி, என்று கதைமாந்தர்கள் சிற்சில வரிகளில் சித்திரமாய் எழுந்து நம் மனதில் பதிந்து விடுகிறார்கள். கதை சொல்லும்

முறையிலும் புதுமையான சில உத்திகளைக் கையாண்டிருக்கிறார். வணிகப்பத்திரிகை நடைக்கும் சீரிய நடைக்கும் இடையிலான ஒரு வழியைக் கண்டு முயற்சித்திருக்கிறார் ஆண்டோ. அதில் வெற்றியும் பெற்றிருக்கிறார். வாசிக்கத் தொடங்கினால் முடித்து விடும் வேகம் நாவலில் இருக்கிறது. அதுதான் 16 ஆம் காம்பவுண்டின் வெற்றி. ஆண்டோவின் வெற்றி.

கலை தனக்கான கலைஞர்களை உருவாக்கிக் கொண்டே இருக்கிறது. 16 ஆம் காம்பவுண்டின் வழியாக இன்னுமொரு புதிய கலைஞன் உருவாகியிருக்கிறார். தன் கலையின் அழகை உங்கள் முன்னால் மிக நம்பிக்கையோடு வரைந்து காட்டியிருக்கிறார். இந்த அழகில் நீங்கள் மெய்ம்மறந்து போகாமலிருக்கலாம். ஆழ்ந்து விசாரணைகளில் இறங்காமலிருக்கலாம். பொருதும் விவாதங்களை உருவாக்காமலிருக்கலாம். மீள்வாசிப்பென உங்களை பழமை போற்றும் பக்திநிலைக்கு உயர்த்தாமலிருக்கலாம். கனவுச்சுருள்களில் உங்களை ஏற்றி மாயலோகத்திற்குக் கூட்டிச் செல்லாமலிருக்கலாம். காவியம் இதிகாசம் என கவராமலிருக்கலாம். ஆனால் நீங்கள் வாசித்து முடிக்கும்போது ‘‘ அட ‘‘ என்று ஆச்சரியத்தில் உங்களை ஆழ்த்தும் வல்லமை இந்த நாவலில் இருக்கிறது என்ற மட்டோடு இந்தப்பிரதியை உங்களுக்கு அறிமுகம் செய்வதில் மகிழ்ச்சியடைகிறேன்.

உதயசங்கர்

கோவில்பட்டி.

11.12.14

என்னுரை

''வில்லா''க்கள் என்ற பெயரில் தனித்தனி தீவுகளைத் தகவமைத்துக் கொள்வதே வாழ்வின் பெருங்கனவாய் நினைத்து இயந்திரமயமான வாழ்வையே ''இல்''லறமாய்க் கொண்டு ஓடிக்கொண்டிருக்கும் மனிதக் கூட்டத்தில் இருந்து சற்றே விலகி நிதானித்து நினைவடுக்குகளில் இருந்து பழைய இனிய பக்கங்களைப் புரட்டியபோது. நான் எப்போதோ ஒளித்து வைத்திருந்த மயிலிறகுகள் குட்டி போடத் துவங்கின. அவை ஒவ்வொன்றில் இருந்தும் ஒரு வண்ணத்துப்பூச்சி உயிர் பெற்று என்னைச் சுற்றிப் பறக்கத் துவங்கியது. திடீரென என் உலகம் வண்ணமயமாகிப் போனது!!! அந்த வண்ணங்களின் ஒரு கைப்பிடி சாட்சி தான் இந்த 16-ஆம் காம்பவுண்ட்!!!

பொதுவாக பரதவர்கள் என்றாலே கடலும் கடல் சார்ந்த வாழ்வுமாய் மாத்திரமே இதுவரை நானறிந்த. படித்த, வரையில் பதியம் செய்யப்பட்டுள்ளனர். அந்த வகையில் ''உள் நாட்டு பரதவர்கள்'' குறித்த முதல் படைப்பு என்றும் இதனைக் கொள்ளலாம் 16-ஆம் காம்பவுண்ட்'' என்னும் இந்தப் படைப்பின் மூலம் அவர்களை நான் கரையேற்ற முயற்சித்திருக்கிறேன்.

இந்தச் சிறு முயற்சிக்கு முதல் அங்கீகாரமாய் என் உணர்வுகளையும், எழுத்தையும், என் தொடர் நச்சரிப்புகளையும் உளமாற ஏற்றுக் கொண்டு இதனைப் பதிப்பித்து வெளியிடும் வம்சி பதிப்பகத்தாருக்கும் உளம் கனிந்த நன்றிகள்.

ஆண்டோ கால்பர்ட்
E.mail: antogaulbert@yahoo.in
Cell : 9994989294

1

2010 ஜூலை 25.

சென்னை எழும்பூர் இரயில் நிலையம்.

வழக்கமான தனது மாலை நேரத்துப் பரபரப்பில் இயங்கிக் கொண்டிருந்தது.

விதவிதமான பயணிகள் அவர்களை வழியனுப்ப வந்தவர்கள், வியாபாரிகள், இரயில் நிலையப் பணியாளர்கள், காவல்துறையினர் என மனித இரைச்சல்களால் சலசலத்துக் கொண்டிருந்தது.

இவற்றுக்கு மத்தியில் 'பயணிகளின் அன்பான கவனத்திற்கு. சென்னையிலிருந்து விழுப்புரம், திருச்சி, மதுரை மார்க்கமாகத் தூத்துக்குடிக்குச் செல்லவிருக்கும் முத்துநகர் எக்ஸ்பிரஸ் மூன்றாவது நடைமேடையிலிருந்து இன்னும் சில நிமிடங்களில் கிளம்பவிருக்கிறது' என்னும் அந்தப் பெண்ணின் குரல் இவை எதைப்பற்றியும் சட்டை செய்யாமல் ஒலி பெருக்கியில் எச்சரித்துக் கொண்டிருப்பதைக் கேட்டபடி மூன்றாவது நடைமேடையில் தனது S2 கோச்சை நோக்கி விரைந்து கொண்டிருந்தான் பிரவீன்.

தோள்களில் மலையேறிகள் பயன்படுத்துவதைப் போன்ற பையை அணிந்து கொண்டும் தனது வலது கையில் வீல் பொருத்தப்பட்ட இடுப்புயர பெட்டியொன்றை இழுத்துக் கொண்டும் மேல்மூச்சு கீழ்மூச்சு வாங்கியபடி S2 கோச்சை வந்தடைந்தவன் தன் பெயரையும்

இருக்கை எண்ணையும் மீண்டுமொரு முறை உறுதி செய்தபடி தனது பெட்டி பையோடு தன்னையும் உள்ளே செலுத்திக் கொண்டான்.

24 என்னும் தனது இருக்கை எண்ணை நோக்கிச் சென்றான். அது சைடு லோயராக இருப்பதைக் கண்டு கொஞ்சம் நிம்மதி அடைந்தவனாக தனது சுமைகளைக் காலுக்கு அடியில் தள்ளிவிட்டு தன் இருக்கையில் அமர்ந்து கொண்டான். தனது பையிலிருந்து தண்ணீர் பாட்டிலை வெளியில் எடுத்து கொஞ்சம் குடித்தபடி தன்னை ஆசுவாசப் படுத்திக் கொண்டான்.

இன்ன காரணமில்லாமல் அங்குமிங்குமாய் அவனைக் கடந்தவண்ணமாய் பயணிகள் அலைந்து கொண்டிருந்தார்கள்.

தனது ஜீன்ஸ் பேண்ட்டைக் கழற்றிவிட்டு முக்கால் பேண்ட்டை அணிந்து கொண்டால் சற்று சௌகர்யமாய் இருக்கும் என எண்ணம் தோன்றியபோது, எதேச்சையாய்த் தனது கம்பார்ட்மெண்டில் உள்ள சக பயணிகளைப் பார்த்தான். முதிய மற்றும் நடுத்தர வயது தம்பதியரும், துறுதுறுவென்று இரண்டு சின்னப் பையன்களும் இருந்தனர். அந்த நடுத்தர வயது ஆணின் தாய் தந்தையர்தான் அந்த இருவரும் என்பதை அவர்களது உரையாடலில் இருந்து தெரிந்து கொண்டான். ஏனோ அவர்களைக் கண்டவுடன் தனது ஆடை மாற்றும் எண்ணத்தையும் மாற்றிக் கொண்டான்.

அந்த இரண்டு பையன்களுக்கும் ஏழெட்டு வயதுக்குள் தான் இருக்கும். அவர்கள் அங்குமிங்கும் ஓடியபடி ஒருவித பரவச நிலையிலே இருந்தனர். அவர்கள் இருவரையும் ஓரிடத்தில் அமரச் செய்வதிலேயே மொத்தக் குடும்பமும் பாடுபட்டுக் கொண்டிருந்தது. இத்தனை பரபரப்பிலும் ஒருவித அறுதியற்ற மனநிலையோடு அமர்ந்து பலவித நினைவுகளோடு தன்னைச் சுற்றி அரங்கேறிக் கொண்டிருக்கும் காட்சிகளை அனிச்சையாக உள்வாங்கிக் கொண்டிருந்தான் பிரவீன்.

பிரவீன் இருபத்தி ஒன்பது வயது இளைஞன். ஏறத்தாழ ஆறடியை நிறைக்கும் உயரம். நல்ல கருத்த பொலிவான முகவெட்டுடன் கூடிய

அழகன். மாலுமியாதலால் நல்ல திடகாத்திரமான உடற்கட்டுடன் இருந்தான்.

சென்னை எழும்பூர் இரயில் நிலையத்தில் இருந்து முத்துநகர் எக்ஸ்பிரஸ் மெல்ல மெல்ல நகரத் துவங்கியது. உடனே அந்த இரண்டு சிறுவர்களும் ''ஹே.....ஏ...'' என்று பேரிரைச்சலோடு பிரவீனின் இருக்கைக்கு மேலே விழுந்தார்கள்.

சன்னலுக்கு வெளியே தங்களது கைகளை நீட்டியபடி போவோர் வருவோருக்குக் கையசைக்கத்துவங்கினர்.

மூத்தவன் அஸ்வின் தன் தம்பியிடம் ''டேய்....டேய்... நிஷாந்த், அங்க பாரேன். எவ்வளோ கலர்கலரா லைட்டு பாரேன்.....அய்யோ ஓடிப்போச்சே....''

''எல அஸ்வின் இங்க பாரேன்... கட எவ்ளோ ஸ்பீடா ஓடுது பாரேன்...''

இருவரும் எதைஎதையோ ஒருவருக்கு ஒருவர் காண்பித்து உற்சாகம் அடைந்து கொண்டிருந்தார்கள். அவர்களைப் பார்த்தபடி பிரவீனும் அவர்களோடு இணைந்து தம்மைக் கடந்து போகும் ஒவ்வொன்றிலும் சுவாரஸ்யமாகிக் கொண்டிருந்தான்.

''டேய்... டேய்... ரெண்டு பேரும் இங்க வாங்க... அங்கிள டிஸ்டர்ப் பண்ணாதீங்க...'' என்று தனது கரகரத்த குரலால் எச்சரித்தபடி சிறுவர்கள் இருவரையும் தம் பக்கம் அழைத்தார் ஆஸ்கர்.

ஆஸ்கர் முப்பது... முப்பத்தைந்து வயது மதிக்கத்தக்க மனிதர். அந்த ரெண்டு சிறுவர்களின் தந்தை. அந்த இரவு நேர இரயில் பயணத்திலும் முழுக்கை சட்டை அணிந்து டீக்காக டக்-இன் செய்திருந்தார். ஒரு சாயலில் நடிகர் ரமேஷ் அரவிந்த் போலிருந்தார்.

அவருடைய மனைவி ஷீலாவும் அவருடன் சேர்ந்தபடி... ''சொன்னா கேக்க மாட்டானுக, ரெண்டு அடியப் போட்டாத்தான் புத்தி வரும்...'' என்று மிரட்டினாள்.

தன்னைச் சுற்றி நடந்து கொண்டிருந்த இந்த சம்பாஷணைகளை கவனித்த பிரவீன். ''எனக்கு ஒண்ணும் பிரச்சனையில்ல. பசங்க இருக்கட்டும்.'' என அவர்களது தந்தை ஆஸ்கரைப் பார்த்துச் சொன்னான்.

இரயில் கொஞ்சம் கொஞ்சமாய் வேகமெடுத்துச் சென்று கொண்டிருந்தது.

அஸ்வின் பிரவீனை நோக்கி, ''அங்கிள் நீங்க எங்க போறீங்க.?'' எனக் கேட்டான்.

பிரவீன் அஸ்வினின் தலையைச் செல்லமாகக் கோதியபடி ''தூத்துக்குடிக்குப் போறேன்.'' என்றபோது ''ஹை நாங்களும் அங்கதான் போறோம். இங்க எங்க அத்த வீட்டுக்கு வந்திட்டு ஊருக்குப் போயிட்டிருக்கோம். சென்னை ஒரே போர் அங்கிள். கிரிக்கெட், சைக்கிள் ரைட் எதுவுமே விளாடமுடியல. தூத்துக்குடிக்குப் போன உடனே ஜான், குமார், நிக்கி. எல்லார் கூடேயும் சேந்து புல் டைம் விளாட்டுதான். இல்லடா நிஷாந்த்.''

''ம்மா. ஏ. அம்மா இங்க பாரேன். அஸ்வின் நம்ம ஊருக்குப் போன உடனே விளாடப் போறானா. அதுவும் அந்த நிக்கிபய கூட சேந்தாம்.'' என நிஷாந்த் எதையோ போட்டுக் கொடுக்க, அஸ்வின் திடீரென்று நிஷாந்த் மண்டையில் ஓங்கிக் கொட்டினான். நிஷாந்தும் பதிலுக்கு அவனை அடிக்க ஒருசில நிமிடங்களில் அண்ணன் தம்பி இருவருக்கும் கைகலப்பானது.

பிரவீன் ''டேய் அடிச்சுக்காதீங்கடா.....''என்று சொல்லியபடி நிஷாந்தைப் பிடிக்க முயல, தன்னை அடிக்க வந்த அஸ்வினைத் தள்ளிவிட நிஷாந்த் கையைத் தூக்கியபோது பிரவீனின் நெற்றிக் கண்களைக் குளிர்வித்துக் கொண்டிருந்த கூலிங்கிளாஸ் எகிறி கீழே விழுந்தது. இந்த நிமிஷ நேர களேபரத்தை அனுமானிக்கத் தாமதித்த ஆஸ்கர், பிரவீனின் கண்ணாடி கீழே விழுந்ததும் பாய்ந்து சென்று

இருவரையும் பிடித்து இழுத்து ஆளுக்கு ஒரு அடியைப் போட்டார். இருவரும் ஒரு சேர அழத்துவங்கினர்.

''அங்கிள்ட்ட முதல்ல சாரி கேளுங்கடா.'' என்று அதட்டியபடி. ''வெரி சாரி சார்....'' என்றபடி பிரவீனின் கண்ணாடியை எடுக்க முயன்றவர் போல் கீழே குனிந்தார்.

அதற்குள் பிரவீன் கண்ணாடியைக் கையில் எடுத்தபடி ''அதெல்லாம் ஒண்ணுமில்ல. சின்ன பசங்கதான. தெரியாமப் பட்டிருச்சு. இதுக்குப் போயி பசங்கள அடிக்காதீங்க.''

முதியவர் ராபர்ட் தமது பேரக் குழந்தைகளைப் பார்த்து ''அஸ்வின். நிஷாந்த்.... ரெண்டு பேரும் அங்கிள்கிட்ட சாரி சொல்லுங்க. ஏ! அஸ்வின் அங்க என்ன பாத்துகிட்டு. நீ முதல்ல சாரி கேளுடா.''

அஸ்வின் தலையை குனிந்தபடி ''சாரி! அங்கிள்.'' என்று கிசுகிசுத்தான்.

''சத்தமா சொல்லுடா.'' இது ஷீலா

''அய்யோ.....அதெல்லாம் வேண்டாம். புள்ளங்கள விடுங்க.....'' என்றபடி பிரவீன் அஸ்வினைத் தன் பக்கம் இழுத்துக் கொண்டான்.

ராபர்ட்டின் மனைவி விக்டோரியா, ''தம்பி நீங்களும் தூத்துக்குடிதான் போறீகளா...?''

''ஆமா. அங்க எங்க அம்மாச்சி வீட்டுக்குத் தான் போயிட்டிருக்கேன்''

''அம்மா அப்பால்லாம் மெட்ராஸ்லதான் இருக்காங்களா.?''

''இல்ல, அம்மா இறந்து போயி பத்து வருஷத்துக்கும் மேல ஆச்சு. அம்மா இறந்து ஒரு வருஷத்துல அப்பாவும் போயிட்டாரு. அப்பா இறந்து கொஞ்ச நாள்ல கப்பல்ல வேல கெடச்சு போனேன். அப்படி இப்படின்னு ஏழு வருஷத்துக்கும் மேல ஆச்சு ஊருக்குப் போயி.

எனக்குன்னு அங்க அம்மாச்சி மட்டுந்தான் இருக்கு. அவங்களுக்காக தான் இப்போ ஊருக்குப் போயிட்டிருக்கேன்.''

''எப்படிய்யா இத்தன வருஷமா ஊருப் பக்கமே போவாம கடலே கதின்னு கெடக்க முடிஞ்சிது.? உங்களக் காணாம உங்க ஆச்சியும் என்ன தவிதவிச்சிருக்கும்...?''

பதிலேதும் பேசாமல் ஒருவித வெறுமையோடு சிரித்துக் கொண்டான் பிரவீண்.

ஆனால் அந்த வெற்றுச் சிரிப்பு அவன் கதை கேட்டுக் கொண்டிருந்தவர்களுக்கு ஆயிரம் பதில்களை அளித்தது. அனிச்சையாய் ஷீலாவின் கரங்கள் தம் இருகுழந்தைகளையும் வளைத்துக் கொண்டது.

அங்கே அப்போது அழையா விருந்தாளியாய் மௌனம் வந்து குடியேறியது. ரயிலின் தகதகப்போடு கூடிய அந்த திடீர் மௌனம் ஒருவித இறுக்கத்தை அங்கே உணரச் செய்தது.

ரயில் தாம்பரம் நிலையம் வந்து சேர்ந்தது. பிரவீன் எழுந்து கழிவறைக்குள் சென்று ஒரு சிகிரெட்டைப் பற்ற வைத்தான். தன் வாழ்க்கையில் ஏற்பட்ட திடீர் இழப்புகளால் சக மனிதர்களிடம் எந்தவித எதிர்பார்ப்புகளுமின்றி பழகும் இயல்பை உருவாக்கியிருந்தான். ஆனாலும் அன்று அஸ்வினையும், நிஷாந்தையும் பார்க்கும் போது அவனுக்கு ஒரு மெல்லிய ஏக்கமும், தான் நம்பும் இயேசுநாதரை ''இறுதித் தீர்ப்பு நாளன்று'' கூண்டிலேற்றித் தன் வாழ்வுக்கு நீதி கேட்கும் ஆத்திரமும் அவனுக்குள் மேலெழும்பவே செய்தது.

வழக்கம்போல் அவனது இயல்பு அந்த எண்ணத்தை நிலைக்கச் செய்யாமல் அவனை மீண்டும் ஒட்டுதலற்ற மனநிலைக்கே திரும்பச் செய்தது. அதற்கு அந்த சிகிரெட் கரையும் நிமிடங்களே அவனுக்குப் போதுமானதாய் இருந்தது. ரயில் தாம்பரம் நிலையத்தை விட்டு நகரத் துவங்கியது.

பிரவீன் தன் இருக்கைக்குத் திரும்பிய போது அங்கே டிக்கெட் பரிசோதகர் அமர்ந்திருந்தார். அனைவரது பயணச்சீட்டையும் பரிசோதித்து விட்டு அவர் எழுந்து சென்றதும். விக்டோரியா தன் மருமகள் ஷீலாவைப் பார்த்து, "யாத்தே. மணி எட்டரைக்கு மேல ஆவுது பாரு. புள்ளைவ சாப்புடாம கெடக்கு. அந்த இட்லிய எடுத்து வச்சுக் கொடும்மா.'' என்றாள்.

"சரித்தே....." என்றபடி சீட்டுக்கு அடியிலிருந்த அந்தப் பெரிய கட்டைப்பையை எடுத்து எல்லோருக்கும் பரிமாறினாள்.

"அந்தத் தம்பிக்கும் வச்சு குடும்மா....." என்றாள் விக்டோரியா.

"அய்யோ, அதெல்லா வேண்டாம். நான் பழம் வச்சிருக்கேன் சாப்பிட.'' என்றபடி தன் பைக்குள் கையை விட்டான் பிரவீன்.

"வாலிபப் புள்ள வெறும் பழத்த சாப்பிட்டிட்டு படுக்குறதா.? எய்யா. ஒனக்குக் குடுக்குறதுனால இங்க ஒண்ணுங் கொறஞ்சு போயிடாது. வேத்தாளா நெனைக்காம வாங்கிக்கய்யா..." என வாஞ்சையோடு ஒருமைக்கு மாறியிருந்தாள் விக்டோரியா

"அப்படியெல்லாம் நெனைக்கல" என வார்த்தைகள் கிடைக்காமல் தடுமாறினான் பிரவீண்.

"ரொம்ப காலங் கழிச்சு நம்ம ஊருக்கு வாறீங்க. கண்ட கண்ட சாப்பாட்ட சாப்பிட்டு நாக்கு செத்து போயிருக்கும் இட்லி, மீன்கொளம்புன்னு நம்ம வீட்டுச் சாப்பாட்ட சாப்பிட்டு பாருங்க" ஆஸ்கர்.

"அப்பனும். மவனும் மீனால அடிச்ச வானானுங்க தம்பி. இட்லிக்கும் மீனு கொளம்புதான் வேணும். ஊருவழி வந்திருக்கோமே கொஞ்ச வாயக் கட்டுவமேன்னா இருக்குதுக. எம்மவ உயிர வாங்கி இட்லியும் மீன் கொளம்பும் செஞ்சு ஏனத்துல வாங்குன பொறவுதான் ரயிலேறுவோம்னு மாறி நின்னது நிக்க, அவள செய்யச் சொல்லி வாங்கிட்டு வருதுக"

‘‘ஆமா. இவ பெரிய பாப்பாத்தி கணக்காத்தான் பவுசு காட்டுவா’’ பதிலுக்கு ராபர்ட்டும் தன் மனைவியை வாரினார்.

‘‘நாங்களும் பரத்திதான். ஆனா எங்க சனத்துல யாரும் இப்படி மீனு. மீனுன்னு செத்ததில்லப்பா...’’

‘‘சும்மா இருக்கீகளாம்மா. அதையும் இதையும் பேசிக்கிட்டு...’’

‘‘இவனுக்கு இவன் அப்பன ஒண்ணு சொல்லிறக் கூடாதே. அந்தால பொத்துக்கிட்டு வந்திரும்...’’

‘‘தம்பி. நீங்க ஒண்ணும் வித்தியாசமா நெனைக்காதீங்க. என்னையக் கொஞ்சம் பொறக்கிக் கடிச்சாத்தான் அவளுக்கு செறிக்கும்’’ என தன் மனைவியை மறுபடியும் சீண்டியபடி பிரவீனையும் கட்டுக்குள் இழுத்தார்.

அவன் சிரித்தபடியே இட்லியைப் பிட்டுபிட்டு மீன் கொளம்பில் தொட்டுக் கொண்டு சாப்பிட்டவாறு அவர்களது ஊடலையும் ரசித்துக் கொண்டிருந்தான். அப்பிடி இப்படியென ஏதேதோ பேசியபடி ஒருவழியாய் சாப்பிட்டு முடித்தார்கள். சாப்பிட்டு முடித்த கொஞ்ச நேரத்துக்கெல்லம் சிறுவர்கள் இருவரும் தூங்கிப் போனார்கள். அவர்கள் படுப்பதற்குத் தயாராகிக் கொண்டிருக்கும் போது பிரவீன் எழுந்து கதவருகே சென்றான்.

சாத்தியிருந்த கதவைத் திறந்தபோது ரயிலின் சத்தம் பிரம்மாண்டமாய்க் கேட்டது. ரயிலின் அந்தப் பேரிரைச்சலுக்கு பயந்து காற்று வேகவேகமாய் ரயிலுக்குள் தஞ்சம் புகுந்து கொண்டிருந்தது. கதவின் இருபக்க கம்பிகளையும் பற்றியவாறு இருளின் ஒளியை ரசிக்கத் துவங்கினான்.

அடர்ந்து படர்ந்த இருளைக் கிழித்துச் செல்லும் ரயில். அடித்துப் பிடித்து முகத்தில் அறையும் காற்று. வாட்டி வதைக்கும் நினைவுகள். எனக் காலச்சக்கரத்தின் கரம் பிடித்து பின்னோக்கிப் பயணிக்க ஆரம்பித்தான்.

2

தூத்துக்குடியின் மையப் பகுதியில் செல்லும் வி.இ.ரோட்டில் உள்ளது அந்தோணியார் கோயில். அந்தோணியார் கோயிலுக்கு மேற்கே ஏ.எஸ்.கே.ஆர் மரக்கடைக்கு அடுத்தாற்போல், வடக்கு பார்த்த வாயிலோடு பெரிய காம்பவுண்ட் ஆரம்பமாகிறது. 16-ஆம் காம்பவுண்ட் என்பது பெரிய காம்பவுண்ட், சின்ன காம்பவுண்ட் என இரு காம்பவுண்ட்களும் இணைந்த ஒன்றே.

பெரிய காம்பவுண்டில் 16 வீடுகள், சின்னக் காம்பவுண்டில் 16 வீடுகள் என மொத்தம் முப்பத்தி இரண்டு வீடுகள் இருந்தாலும் இரண்டையும் சேர்த்தே பதினாறாம் காம்பவுண்ட் என்பார்கள். பெரிய காம்பவுண்டில் அடுத்தடுத்தாற் போல் பதினாறு வீடுகளும் கிழக்கு பாத்த வாசல்களோடு தொடர்ந்து அமைந்திருக்கும். அதன் தொடர்ச்சியாக உள்ள சின்னக் காம்பவுண்டில் ஏழு வீடுகள் மேற்கு பார்த்த வாசல்களோடும் ஒன்பது வீடுகள் கிழக்கு பார்த்த வாசல்களோடும் எதிரும் புதிருமாய் அமைந்திருக்கும். ஒரு ஐந்தடி கட்டைச் சுவர் சின்னக் காம்பவுண்டின் இரு பக்க வீடுகளையும் பிரித்து நிற்கும்.

ஹோலி கிராஸ் பெண்கள் மேல்நிலைப் பள்ளியின் விடுதிக்குப் பின் புறமாக, சின்னக் காம்பவுண்டில் தெற்கு பார்த்த மற்றுமொரு வாயிலும் அமைந்துள்ளது. ஒரே நேரத்தில் இருவர் மட்டுமே நடந்து செல்லக் கூடிய அகலம் கொண்டது பதினாறாம் காம்பவுண்ட்.

அத்தைமார்களும், அக்காமார்களுமாய் அங்கிருந்த ஒவ்வொரு வீடும் பிரவீனுக்கு உறவுகளால் ஆசீர்வதிக்கப்பட்டிருந்தது. தட்டுத்தடுமாறி நடக்க ஆரம்பித்த காலத்திலிருந்து... விழுந்து எழுந்து சைக்கிள் ஓட்டிப் பழகியது... கோலிக்காய்களுக்கும், பம்பரங்களுக்கும் சண்டையிட்டது... என இனிமையான நினைவுகளை அவனுக்குள் அது சுமந்து கொண்டிருந்தது.

தூத்துக்குடியின் இருபெரும் சமூகங்களான நாடார் சமூகமும், பரதவர் சமூகமும் சம அளவில் இரண்டறக் கலந்து பல தலைமுறைகளாக ஒருதாய் பிள்ளைகளாக வாழ்ந்து வரும் பகுதி இது. இங்குள்ள அனைவரும் தம் அண்டை வீட்டாரை பேர்கள் சொல்லி அழைப்பதில்லை. மாறாக உறவுகளைச் சொல்லியே அழைத்து வரும் வழக்கம் இன்றும் நடைமுறையில் உள்ளது.

சாதிய ஆதிக்கம் பதிந்து போன இந்தச் சமூகக் கட்டமைப்பில் உணர்வும், உயிருமாய் மனித மாண்புகளை மட்டுமே பிரதானப் படுத்தி தமது சாதிய உணர்வுகளைப் புறந்தள்ளி உறவுகளாய் வாழும் அந்த உன்னத மனிதர்களின் இருப்பே 16-ஆம் காம்பவுண்ட்.

சின்னக் காம்பவுண்டின் முதல் இரண்டு வீடுகள் பிரவீனின் தாய்வழித் தாத்தா சூசைப்பர்னாந்துக்குச் சொந்தமானது. சூசைபர்னாந்துக்கு இரண்டு பிள்ளைகள். மூத்தவள் ஜெயா பிரவீனின் தாயார். இரண்டாவது மகன் ஜோசப்.

பிரவீனின் தந்தை நிக்கோலாஸ் அடப்பனார், அவரது பூர்வீகம் கூட்டப்புளி. மேக்குத்தியார்கள். கூட்டப்புளி கன்னியாகுமரி அருகே இருக்கும் சிறிய கடற்கரை கிராமம். கூட்டப்புளி அந்த காலத்தில் திருவாங்கூர் சமஸ்தான எல்லையையும், மதுரை நாயக்கர்களின் எல்லையையும் பிரிக்கும் இடமாக இருந்துள்ளது. அங்கே ஒரு சுங்கச்சாவடி இருந்ததால் கடற்கரை கிராமங்களில் பிரசித்தி பெற்ற ஒன்றாகவும் கூட்டப்புளி இருந்துள்ளது. ஊரின் நடுவே இருக்கும் வளனார் கோவிலுக்குக் கட்டுப்பட்டே இயங்கும் பரதவ கிராமங்களில் ஒன்றுதான் கூட்டப்புளி.

''பரவன்'' என்றால் கடல் மனிதன் என்று பொருள். மூத்த தமிழ் குடி இனங்களில் தொன்மை மிக்கதும், இன்றளவும் இயற்கையோடு இசைந்த வாழ்வை வாழும் எளிய மனிதர்களும் ஆவார்கள். ஆனால் இந்த தேசத்தில் பரதவர்கள் பட்டியலினத்தவராய் கொள்ளப்படாமல் மிகவும் பிற்படுத்தபட்டவர்களாகவே இடமளிக்கப்பட்டு வஞ்சிக்கப்பட்டுள்ளார்கள். வெறும் வாக்கு வங்கியாகவே பார்க்கப் படும் இம்மக்களின் கல்வித்தரம் குறித்தோ அல்லது சுகாதாரம் குறித்தோ அல்லது அடிப்படை கட்டமைப்புகள் குறித்தோ இந்த தேசத்தின் எந்தத் தலைவனுக்கும் அல்லது கட்சிக்கும் கவலையில்லை. இன்னும் கிறுத்தவ சபைகளின் கட்டுப்பாடுகளில் தான் இம்மக்களின் பெரும்பகுதி வாழ்ந்து வருகிறார்கள்.

நிக்கோலாஸின் குடும்பமும் இதற்கு விதிவிலக்கல்ல. நிக்கோலாஸின் தாய், தந்தை இருவரும் அவரது சிறு பிராயத்திலேயே இறந்துபோன படியால் கன்னியாகுமரியில் இருக்கும் விவேகானந்தா மிஷனின் உதவியோடு தமது படிப்பை முடித்து வேலைக்காக அலைந்து கொண்டிருந்தார்.

அந்தச் சமயத்தில் சூசைப்பர்னாந்து தனது மகள் ஜெயாவிற்கு மாப்பிள்ளை பார்த்துக் கொண்டிருந்தார். அவரது ஒரே நிபந்தனை, தனது பெண்ணுக்கு வரும் மாப்பிள்ளை படித்தவனாகவும், கடல் சார்ந்த தொழில் பார்க்காதவனாகவும் இருக்க வேண்டுமென்பதே. தலைமுறை தலைமுறையாக தாம் கடலோடியாக இருந்து படும் துயரத்தைத் தமது அடுத்த தலைமுறையாவது அனுபவியாமல் இருக்க வேண்டுமென்பதே அதற்குக் காரணம். அதனால் தமது மகன் ஜோசப்பைக் கூட காலேஜில் சேர்த்து படிக்க வைத்திருந்தார்.

அந்தச் சமயத்தில் அந்தோணியார் கோயிலின் பங்குத் தந்தையாக இருந்தவர் அதற்கு முன்பு கூட்டப்புளியில் குருவாய் இருந்தவர். அவரது வார்த்தையின் பேரிலேயே தமது மகளை நிக்கோலாஸுக்கு மணமுடித்துக் கொடுத்து மருமகனுக்குத் தனது பூர்வீக கிராமமான

பழையகாயலில் இருந்த நடுநிலைப் பள்ளி ஒன்றில் ஆசிரியப் பணியும் வாங்கிக் கொடுத்தார்.

தனது இரண்டு வீடுகளில் ஒன்றில் மகளைக் குடியேற்றி தனது பார்வையிலேயே வைத்துக் கொண்டார். சூசைப்பர்னாந்துக்குத் திருமணமாகி இரண்டு வருடங்கள் கழித்தும் குழந்தை பாக்கியம் இல்லாது இருந்தது. அவரும் அவர் மனைவி ஜொஸியும் தவமாய்த் தவமிருந்து பெற்ற மகள் என்பதால் அவருக்கு ஜெயா என்றால் அப்படியொரு கொள்ளைப் பிரியம்.

ஆசையும் பாசமுமாய்ப் பெற்று வளர்த்த மகள். ஆசீர்வாதத்தோடும், மகிழ்ச்சியோடும் சீமந்தம் செய்து பெருமைப்பட்ட மகள். வாழைக் குருத்து போன்ற பேரப்பிள்ளையின் வருங்காலத்தைக் காணக் கொடுத்து வைக்காமல் திடீரென்று பெயர் தெரியாத காய்ச்சலில் விழுந்து அகால மரணம் தழுவிய போது சூசைப்பர்னாந்து முற்றிலுமாய் உடைந்து நொறுங்கிப் போனார்.

மகளின் முப்பதாம் நாள் நினைவு வரைக் கூட காத்திருக்க முடியாமல் தன் செல்ல மகளை த் தேடிச் சென்றுவிட்டார். காலனின் கொடுங்கரங்களில் சிக்கிய சூசைப்பர்ணாந்தின் குடும்பம் அந்தத் தொடர் மரணங்களால் நிலைகுலைந்து போனது. ஆனால் அந்தத் துயரமான நிலையிலும் அவர்களுக்கு உறவுக்கு உறவாய், தோழனுக்குத் தோழனாய் என அனைத்துமாகவும் இருந்து ஆறுதல் சொல்லித் தேற்றியது 16-ஆம் காம்பவுண்ட் மக்களே!

மனித மனமும் வாழ்வும் அத்துணை விசித்திரமானது. எத்தனை பெரிய அடிகள். எத்தனை பெரிய பிரிவுகளை சந்திக்க நேர்ந்த போதும் மனம் புதுப்புது கற்பிதங்களைச் சொல்லி நம்மைத் தேற்றி எழச் செய்து கொண்டே இருக்கிறது. ஏதோ ஒரு புள்ளியை நம் மிச்சமீதி வாழ்க்கைக்கான ஒட்டுமொத்த அர்த்தமாகவும் மாற்றிவிட்டு நம்மை வாழச் சொல்லி வற்புறுத்துகிறது. அர்த்தமுள்ள ஆசைகள் கரைகளில்

மோதும் அலைகளைப் போன்றவை. அவை ஒருபோதும் நம்மை அழிவிற்கு அழைத்துச் செல்வதில்லை.

பழைய துயரமான நினைவுகளில் மனதைத் தொலைத்துக் கொண்டிருந்தவனை அவன் தோளில் படிந்த அந்தக் கரம் நிகழ்காலத்துக்கு மீண்டும் அழைத்து வந்தது. பலவித எண்ண ஓட்டங்களோடு திரும்பியதால் அவனால் சட்டென்று அந்தக் கரத்துக்குரியவனை அடையாளம் காண முடியவில்லை. தனது நினைவடுக்குகளில் அவரை அவன் தேடிக் கொண்டிருக்கும் போதே.

''நீங்க... நீ... எல மாப்ள பிரவீனு!!!'' உற்சாகத்தில் அவன் இவனை அணைக்க முயல சட்டென்று நினைவுகள் இவனுக்குள்ளும் மீட்கப்பட ''பிரேம்.'' என்றபடி அவனை அணைத்துக் கொண்டான். பிரேமின் வீடும் சின்னக் காம்பவுண்டில் தான் இருக்கிறது. பெரிய காம்பவுண்டிற்கும் சின்னக் காம்பவுண்டிற்கும் இடையில் உள்ள கடைசி வீடு பிரேமுடையது.

பிரேமின் வீட்டாரும் மூன்று தலைமுறைகளுக்கும் மேலாக அங்கே இருந்து வருகிறார்கள். பிரேமின் ஆத்தா(அம்மா பாட்டி) பெயர் விமலா. அவள் கருத்து பெருத்த நல்ல திடகாத்திரமான உடலுக்குச் சொந்தக்காரி. அவளது பூர்வீகம் தாழை. பஞ்சம் பிழைக்க அவள் சின்னவளாக இருக்கும் போதே அவளது குடும்பம் தூத்துக்குடிக்கு வந்து சேர்ந்தது. முதலில் மணல்மேட்டில் குடியேறிவர்கள் மாதா கோயில் தெருவில் உள்ள வீடுகளில் வீட்டு வேலைகள் செய்து பிழைத்து வந்தார்கள். அப்படி விமலா வேலை செய்யப் போன வீடுகளில் ஒன்று வின்செண்ட் பூபாலராயரது.

வின்செண்ட் பூபாலராயருக்கு மொத்தம் நான்கு பெண் பிள்ளைகளும், மூன்று ஆண் மக்களும் இருந்தனர். வின்செண்ட் பூபாலராயரின் குடும்பம் அப்போது செல்வச் செழிப்போடு இருந்துள்ளது. அவரது இரண்டாவது மகன் ஜெயராஜ் பூபாலராயர்

கட்டிளம் வாலிபன். நல்ல அழகன். வஞ்சியரை மயக்கும் தோரணையோடு வலம் வரும் மைனர். விமலாவை வீழ்த்த பெரிய பிரயத்தனங்கள் ஏதும் செய்ய வேண்டிய அவசியம் அவருக்கு ஏற்படவில்லை. அவரது இயல்பான கேலிப்பேச்சும், கிண்டலுமே விமலாவை அவர் பக்கம் ஈர்க்கப் போதுமானதாய் இருந்தது.

வெறும் வாய்ப்பேச்சில் மட்டுமே வீரனாய் இல்லாமல் விளைவுகளைப் பற்றி எண்ணாமல் கர்ம வீரனாகவும் மாறிப்போனார். நட்ட விதை நன்னிலமாதலால் நான்கே மாதத்தில் இருவீட்டாரின் மனமொத்த எதிர்ப்போடு இருவரும் தத்தம் வீடுகளிலிருந்து துரத்தப் பட்டனர். அபலைகள் வந்தடைந்தார்கள் 16-ஆம் காம்பவுண்டிற்கு.

விமலாத்தா...

பெருவாழ்வுக்குச் சொந்தக்காரி. முரட்டு உருவமும். தடித்த குரலும். சுங்கான் சுருட்டு புகையோடும் கூடிய அவளது தோரணையான பிம்பமே இன்றும் பிரவீனின் நினைவுகளில் நிழலாடியது. விமலாத்தா என்றால் 16-ஆம் காம்பவுண்ட் மக்களுக்கு மரியாதையும், பயமும் கலந்த உணர்வையே தரும்.

மரியாதை...

அவள் போராடி வென்ற வாழ்க்கைக்கான வெகுமதி. வறுமையின் பெயரால் சிறுவயதிலேயே சொந்த மண்ணைவிட்டு வாடி வந்தவள். வாழ்க்கைப்பட்ட பின்னும் அவளை வறுமை விட்ட வழியில்லை. அரை வயிற்றுக் கஞ்சியோடு தூங்கப் போனாலும் பூபாலராயரின் புண்ணியத்தில் இரண்டு ஆண் மக்களுக்கும், இரண்டு பெண் பிள்ளைகளுக்கும் தாயாகும் பேறு அவளுக்கு வாய்க்கவே செய்தது, நான்கு பிள்ளைகள் பெற்ற பின்னும் ஜெயராஜ் பூபாலராயர் மைனராகவே திரிந்தார்.

பெட்டிக்கடை வைத்து. இட்லி, வடை சுட்டு. வட்டிக்கு விட்டு. என பல குட்டிக்கரணங்கள் அடித்து பிள்ளைகளையும் வளர்த்து,

மைனரையும் பேணி, வறுமையையும் விரட்டி வாழ்க்கையைத் தன்வசமாக்கிக் கொண்ட போராட்டக்காரி அவள்.

பயம்...

அவள் திருநாவில் இருந்து சுரக்கும் தமிழ்த்தேனால் தான். அவள் பேசும் பத்து வார்த்தைகளில் எட்டு வார்த்தைகள் தமிழே தன்னை தரவிறக்கம் செய்துகொள்ள துணிந்துவிடும் அளவிற்கு இருக்கும்.

''எல தூமையக் குடிச்ச கண்டார ஓலி. இங்க வால'' என அவள் பாசமாக அழைக்கும் போதே ஆண்களுக்கு அண்டி கலங்கிப் போகும். அப்படி இருக்க ஒருமுறை அவள் வீட்டிற்கு இரவில் ஒருவன் திருடச் சென்றுள்ளான்.

அவள் அந்த நேரம் பார்த்து கொல்லைப் பக்கம் சுருட்டைப் பற்ற வைத்தவாறு சென்றுள்ளாள். அவன் இவளது வீட்டின் கொல்லைப்புறத்தில் இருந்து ஒரு அலுமினிய ஏனத்தையும், இரும்பு வாளியையும் எடுத்துக்கொண்டு மதிலேற முற்படவும், இவள் சுருட்டோடு அங்கே செல்லவும் சரியாக இருந்துள்ளது. போன வேகத்திற்கு அவனது கைலியைப் பிடித்து இழுத்து சுவற்றோடு சாய்த்து சுருட்டைக் கொண்டு அவன் பின்புறத்தில் சூட்டைப் போடவும் அவன் அலறி துடித்துக் கத்த. வீட்டில் உள்ளோரும், அக்கம்பக்கத்து வீட்டாரும் எழுந்து வந்து பார்த்தபோது சிங்கத்தின் குகைக்குள் சிக்கிய எலிபோல் சுருண்டு கிடந்துள்ளான்.

இப்படிப்பட்ட பராக்கிரமக்காரி தான் பிரவீன் பிறந்தபோது முதன்முதலில் சேனை காய்ச்சி ஊட்டியவள். பிரவீனின் அம்மாச்சி ஜொஸியும் விமலாத்தாவைத் தன் கூடப்பிறந்த தங்கையாகவே எண்ணி வந்தாள். அங்குசத்தை கண்டு சுணங்கும் வாரணத்தைப் போல் விமலாவும் ஜொஸியின் அன்பிற்குக் கட்டுபட்டவளாகவே இருந்தாள். விமலாவின் பிள்ளைகளும்,பேரக்குழந்தைகளும் கூட அவளது தூசனத்தில் இருந்து தப்பியதில்லை. ஆனால் ஜொஸியின்

பேரக்குழந்தைகளைக் கூட அவள் பிரியமாகப் பன்மையில் தான் அழைப்பாள். ஆரம்பகாலங்களில் இருவீட்டாரும் துரத்தி அனுப்பியபோது அவள் நிறைமாத கர்ப்பிணியாய்த் தனது கணவனோடு 16-ஆம் காம்பவுண்டிற்கு அநாதரவாய் வந்து நின்றபோது அவளை அரவணைத்த கரங்கள் ஜொஸியினுடையது. ஆகவே இருவீட்டாரும் ஒருவீட்டு உறவுகளைப் போலவே வாழ்ந்து வந்தார்கள்.

பிரவீனும், பிரேமும் தத்தமது பழைய நினைவுகளை மீட்டெடுத்துப் பேசிக் கொண்டே வந்த போது பிரேம் இரண்டு ஆண்டுகளுக்கு முன் சக்கரை நோய் முற்றிப் போய் விமலாத்தா இறந்து போனதைச் சொன்ன போது பிரவீன் கலங்கிப் போனான். ஒருவித கனத்த மௌனம் அங்கே புகுந்தது. நேசமிக்க உறவுகளின் பிரிவின் போது தான் வாழ்வின் நிலையற்ற தன்மை நமது நினைவுக்கு வந்து உறுத்தும். இந்த மறதிதான் மனிதனின் பேராசைகளுக்குப் பெருந்தீனியாய் மாறிப்போய் விடுகிறது. அதேவேளையில் மரணம் ஒருபோதும் மனிதர்களுக்கு பழக்கப்பட்டு போவதில்லை. அதனால் ஒவ்வொரு முறையும் நம் உயிருக்கும் மேலான உறவுகள் நம்மை விட்டுப் பிரியும் போதும் வாழ்க்கை நம் வசமிருந்து போய்விட்டதாய் உணர்கிறோம். இந்த உணர்வுதான் இல்லாத விதியின் கரங்களில் நம் வாழ்வை ஒப்படைக்க வைக்கிறது.

ரயிலின் பேரிரைச்சல் கொஞ்சம் கொஞ்சமாய் குறையத் துவங்கியது. இருளை விரட்டியபடி நியான் விளக்குகள் ஒளிர்ந்து கொண்டிருந்தது. ரயில் விழுப்புரம் சந்திப்பிற்கு வந்து சேர்ந்தது. விழுப்புரத்தில் ரயிலேறக் காத்திருந்த பயணிகள் ஓரிருவர் அவர்கள் நின்று கொண்டிருந்த வாயிலை நோக்கி வந்தார்கள்.

பிரேம், ''சரிடா. மாப்ள, நேரம் போனதே தெரியல. காலைல பாப்போம் நீ போய் படு''

‘‘சரி... பாப்போம். நீ மேலூர்ல இறங்குறியா இல்ல ரெயில்வே ஜங்ஷன்லையா?’’

‘‘நான் அங்க ஸ்டேசன்ல இறங்குவன் மாப்ள. நீ?’’

‘‘நான் மேலூர்லையே இறங்கிருவேன். அதான். சரி பாப்போம்’’ என்றபடி பிரவீன் தனது இருக்கைக்கு சென்றான். அங்கே ஆஸ்கரைத் தவிர அனைவரும் படுத்திருந்தனர். ஆஸ்கர் பிரவீனின் இருக்கையில் அமர்ந்து ஐ-பாடில் ஏதோ பாடல்கள் கேட்டுக் கொண்டிருந்தார். பிரவீனைப் பார்த்தும் எழுந்து கொண்டு காதில் மாட்டியிருந்த இயர்போனைக் கழற்றியபடி. ‘‘என்ன சார்... உங்கள ஆளையே ரொம்ப நேரமாக் காணோமே?’’ எனக் கேட்டார்.

‘‘என் பழைய பிரெண்டு ஒருத்தன தற்செயலாப் பாத்தேன். அதான் நேரம் போனதே தெரியாமப் பேசிட்டே இருந்திட்டோம்’’

‘‘நீங்க ஊருலர்ந்து போய் எத்தன வருஷமாச்சுன்னு சொன்னீங்க?’’

‘‘அது ஆச்சு சார் ஏழு வருஷத்துக்கும் மேல...’’

‘‘எப்படி இவ்ளோ நாள் இருந்தீங்க? எடையில ஊருக்கு வரணும்னு தோணவே இல்லயா உங்களுக்கு?’’

‘‘ஊருக்கு வரணும்னு தோணாம இல்ல. அம்மா, தாத்தா, அப்பான்னு வருசையா தொடர்ந்து அடிமேல அடி. எனக்கே ஒரு மாத்தம் வேணும்னு தோணுச்சு. அப்பத்தான் இந்த வேலையும் கெடச்சிச்சு. ஊருக்குப் போயி என்ன செய்யப்போறம்னு. அப்படியே இருந்திட்டேன். இப்பவும் எங்க ஆச்சிக்காகத்தான் ஊருக்கே போறன். அவுங்கதான் போன் பண்ணும்போதெல்லாம் எப்ப வார? எப்ப வாரன்னு? கேட்டுகிட்டே கெடப்பாக’’

‘‘உங்க ஆச்சி மட்டும் தானியாவா இருக்காங்க ஊருல?’’

‘‘இல்ல எங்க மாமா கூடத்தான் இருக்காங்க’’ சற்று நேர மௌனத்துக்குப் பின் பிரவீணே தொடர்ந்தான்.

‘‘நீங்க என்ன சார் பண்றீங்க?’’

‘‘ஸ்கூல்ல டீச்சரா இருக்கேன்’’

‘‘எந்த ஸ்கூல்ல..?’’

‘‘செந்தாமஸ்ல பயாலஜி எடுக்கேன்’’

‘‘ஐயோ. செந்தாமஸா?!! நான் அங்கதான் சார் +2 வரைக்கும் படிச்சேன். அதெல்லாம் மறக்கமுடியாத காலம் சார். அத்தன சந்தோசமா எந்தக் கவலயும் இல்லாம ஜாலியா சுத்திக் கிட்டு திரிஞ்சோம். இப்ப நெனச்சாலும் ஏக்கமா இருக்கு. ‘முதல்வன்’ படத்துல அர்ஜுனுக்கு அப்பாவா வர்றவரு சொல்வாரு பாருங்க ‘வாழ்க்கையிலயும் வி.சி. ஆர்ல உள்ள மாதிரி ஒரு ரீவைண்டு பட்டன் மட்டும் இருந்தா எவ்வளவு நல்லா இருக்கும்னு?’ அதத்தான் சார் இப்ப நெனைக்கத் தோணுது’’

‘‘அதுசரி. யாருக்குதான் அந்த ஆச இல்ல. குடும்போம் புள்ளங்கன்னு வந்தபெறவு நாம ஆசப்படுற மாதிரியா வாழமுடியிது?’’

‘‘சார். இப்பவும் அங்க பழைய ஆள்களெல்லாம் இருக்காங்களா? நம்ம ஜெயபால் சாரு. அப்புறம் ஜெரால்டு,ஜேம்ஸு சாரெல்லாம் இருக்காங்களா? நம்ம ஆசுவால்டு பாதரு. குமாரராஜா பாதெரெல்லாம் என்ன பண்றாங்க? ஏதாவது தெரியுமா?’’

‘‘செந்தாமஸ்ல பி.யெட்டு காலேஜ் ஒண்ணு ஆரம்பிச்சிருக்காங்க. ஜெரால்டு, ஜேம்ஸ் சாரெல்லாம் அத பாத்துகிற்றாங்க. ஜெயபால்னு ஒரு சார் இருந்தாருன்னு சொல்லுவாங்க. அவுரு இப்ப வேற எங்கயோ வேல பாக்காரு. நான் வேலக்கு அங்க சேந்து நாலு வருசம்தான் ஆகுது. குமார்ராஜா பாதர் பி.எட்.காலேஜ் பிரின்சிபாலா இருக்காரு. ஆசுவால்டு பாதர் பிஷப் ஹைஸ்ல இருக்காருன்னு நெனக்கேன்’’

‘‘அவுங்கள எல்லாம் கொஞ்சப்பாடாப் படுத்தி இருக்கோம். இப்ப நெனச்சா வேடிக்கையா இருக்கு. என்னையல்லாம் அத்தன சீக்கிரோம் மறந்திருக்க மாட்டாங்க. உங்க ஸ்கூல்ல நான் பண்ண சேட்டைக்கு என்ன தண்டன குடுக்குறதுன்னே தெரியாம என்னதான் மொதமொத

சஸ்பண்ட் பண்ணாங்க. அதுவும் பரீச்சையில பிட் அடிச்சதுக்கு. என்ன புடிச்சது நம்ம சித்தானந்தா சாரு. தண்டன குடுத்தது குமார்ராஜா பாதரு. அது மட்டுமா வாத்தியார அடிக்க ஆளக்கூட்டிட்டு வந்தேன் அது இதுன்னு அயிரத்தெட்டு பஞ்சாயத்து எம்மேல அங்க உண்டு. ஆனா ஒண்ணு சார், படிக்கிற காலத்துல எவ்வளவு சொன்னாலும் அதோட அரும நமக்குப் புரியாது. வாழ்க்கைல அடிமேல அடிவிழும் போதுதான் நாம பண்ணுன தவறுகள்லாம் நமக்கு உறுத்தும்'' ஏதேதோ நினைவுகளில் மூழ்கியபடி நிறுத்தினான்.

''இப்பெல்லாம் பசங்க முன்ன மாதிரி வால்தனமே பண்ணமுடியாது, அத்தன ஸ்டிரிக்ட். பசங்களும் பாக்குறாங்க இல்ல படிச்சாத்தான் வாழ்க்கன்னு...''

''சார். நாம ஸ்கூல்ல காலேஜ்ல படிக்கிறதுக்கும் வாழ்க்கையில. நாம வேலைபாக்குற எடத்துல நாம சந்திக்கிற விசயங்களுக்கும் சம்பந்தமே இல்ல சார். இங்க படிப்பு படிப்புன்னு பசங்கள பந்தயக்குதுரையா மாத்திர வேலதான நடக்குது சார்''

''நீங்க சொல்றது சரிதான். ஆனால் உலக எதார்த்தம் அப்படியில்லயே. நல்ல மார்க் எடுத்தாதான் நல்ல காலேஜ்ல எடம் கெடக்கும். நல்ல காலேஜ்ல படிக்கும் போதுதான் ஒரு நல்ல எக்ஸ்போஷர் கெடக்குது. அது மட்டுமில்லாம கேம்பஸ்ல நல்ல கம்பெனில வேலயும் கெடக்கும். நல்ல வேலையும் பணமும் தான வருங்காலத்துக்கு உத்தரவாதம். பெத்தவங்களும் அதத்தான விரும்புறாங்க''

''அப்ப படிப்புங்கிறது ஒழுக்கத்த. அறிவ வளக்குற சமாச்சாரமா இல்லாம வேல வாங்குற விசயமாச் சுருங்கிப் போச்சுன்னு சொல்றீங்க...''

''அப்படியேன் சொல்றீங்க? நல்லாப் படிச்சு நல்ல வேலைக்குப் போனும்னு நெனச்சு ஒரு குறிக்கோளாட இருக்குற புள்ளக்கி ஒழுக்கம் சொல்லிக் கொடுக்காம தானா வராதா..?''

''கூண்டுக்குள்ள அடச்சுவச்சு மூணு வேளயும் சாப்பாடும் தண்ணியும் மட்டுமே குடுத்து அடிமபடுத்தி அதோட இயல்ப மறக்கடிச்சு வளத்துட்டா சிங்கம் கூட மானா மாறிப்போவும்னு சொல்ற மாறியில்ல இருக்கு நீங்க சொல்றது. அது எவ்வளவு பெரிய அநியாயம்? ஜூவுல வளந்த மிருகத்த காட்ல விட்டால் தெரியும் அதோட நிலமைய... இங்க பொத்திபொத்தி வச்சு வளத்து விட்டுருவீங்க. அவனுக வெளி உலகத்த பாக்குறப்ப மெரண்டு உருண்டு போயிடுறானுவ. நான் இப்ப கடசியா வேல பாத்து இறங்குன கப்பல்ல போன வருசம் ஒரு மலயாளிப் பையன் டிரையினி எஞ்சனியரா வேலக்கு வந்தான். பய படிச்சது பிட்ஸ் பிலானியில. அதுதான் அவனுக்கு மொத வாயேஜு. வயசு இருபத்தி நாலுதான் இருக்கும் சின்னச் சின்ன வேலைகளுக்குக் கூட தெகச்சு போவாம். சீப் இஞ்சனியரு எதாவது திட்டிட்டா ஒடன ஒடஞ்சு போயி ஒக்காந்திருவாம். என் ரூம்லதான் கெடப்பான்னா பாத்துக்கோங்க. நானும் அவனுக்கு என்னலாமோ சொல்லி தைரியங் குடுப்பேன். பயவுல்ல திடீர்ன்னு ஒருநா கடல்ல பாஞ்சிட்டாம். நல்ல நேரத்துக்கு அப்ப நம்ம பயல்வ இரண்டு பேரு அத பாத்திட்டானுவ. கப்பலும் பெர்த் கெடக்காம ஆங்கரேஜ்ல இருந்திச்சு. அதனால உடனே அவன ரெஸ்கியூ பண்ண முடிஞ்சது. இதுவே செயிலிங்ல இருந்து யாரும் பாத்திருந்தாலும் புண்ணியமில்ல போங்க. இப்படித்தான் இருக்குது இப்ப உள்ள பயலுவ அறிவும், தைரியமும்''

சாதாரணமாய் ஆரம்பித்த பேச்சு மெல்ல மெல்ல விவாதமாய் மாறிக் கொண்டிருப்பதை அவதானித்த ஆஸ்கர் புன்னகையை மட்டுமே அப்போது அவனுக்கு பதிலாக்கினார். பிரவீணும் அவரது மனநிலையைப் புரிந்து கொண்டவனாக அமைதியானான். அந்த ஓரிரு நொடி மௌனம் அவர்கள் இருவருக்கும் சில விஷயங்களை உணர்த்தி இருக்க வேண்டும். தத்தமது இயல்புக்கு மெல்லத் திரும்பினர்.

பிரவீன் ''எல்லாம் தூங்கிட்டாங்க. நான் தான் உங்கள தூங்கவிடாம எதையோ பேச ஆரம்பிச்சு எங்கயோ போயிடிச்சு. நீங்க ஒண்ணும்

தப்பா எடுத்துக்காதீங்க. ஏதோ மனசுல தோண்ணத வச்சு பேசிட்டேன்''

''அய்யோ. நீங்க வேற. ரொம்ப நாள் கழிச்சு நம்ம மக்க மனுசர பாத்த உடன யாருக்கும் வர்றது தான். நீங்களும் தொடர்ந்து பயணத்துல அலுப்பா இருப்பீங்க. சரி காலைல பேசுவோம்''

''சரி சார்''

ரயில் அப்போது ஏதோ ஒரு பாலத்தின் மீது சென்றதால் வினோதமான சத்தத்தை எழுப்பியபடி காற்றைக் கிழித்துப் பாய்ந்து கொண்டிருந்தது. ஜன்னலைக் கடந்து மின்னல் ஒளியைப் போல் வெளிச்சக் கீறல் பாய்ந்து வந்து சென்றது. பிரவீனுக்கு அப்போது தூக்கம் வரவில்லை என்றாலும் அப்படி கைகால்களை நீட்டி படுத்திருப்பது சுகமாய் இருந்தது. சிந்தனைகள் சிதறத் துவங்கியது. சற்று நேரம் அப்படியே படுத்திருந்தவன் தீடீரென்று எழுந்து தனது சீட்டுக்கு அடியில் வைத்திருந்த மலையேறிப் பையை எடுத்தான். அதன் சைடுஜிப்பைத் திறந்து இயர்போன் ஒன்றை வெளியில் எடுத்தான். தன் பையை கீழே மறுபடியும் சீட்டுக்கு அடியில் தள்ளிவிட்டு தனது ஜீன்ஸ் பாக்கெட்டுக்குள் இருந்து ஆப்பிள் மொபைலை எடுத்து அந்த இயர்போனை அதில் மாட்டி இளையராஜாவின் பழைய பாடல்களை ஒலிக்கவிட்டபடி படுத்துக் கொண்டான். எஸ்.பி.பி,யேசுதாஸ், மலேசிய வாசுதேவன், ஜானகி என காலத்தால் அழியாக் குரல்கள் அவனைத் தாலாட்டத் துவங்கியது.

3

2010, ஜூலை 26

அதிகாலை 3.00 மணி

தூக்கம் பிடிக்காமல் கண்களை மூடியபடியே ஒருவிதத் தவிப்போடு பாயில் புரண்டு கொண்டிருந்தாள் ஜொஸி. அவளது மனம் முழுவதையும் அவளது பேரன் பிரவீனின் வருகையே ஆக்கிரமித்து இருந்தது. வயது எழுபதைக் கடந்துவிட்ட போதிலும் அவள் எந்தவித நோயுமின்றி ஆரோக்கியமாகவே இருந்தாள். ஒருநாளில். ஒருபொழுதில்... அவளை யாரும் சோம்பேறித்தனமாய் கண்டிருக்க மாட்டார்கள். எப்போதுமே சுறுசுறுப்பாய் அங்குமிங்கும் ஓயாது அலைந்த வண்ணமாய் இருப்பாள். தனது உடல் குறித்து எப்போதும் அதீத அக்கறையோடே இருப்பாள். காரணம் தான் படுக்கையில் விழுந்து தனது மகனுக்கோ அல்லது மருமகளுக்கோ பாரமாய் விடக்கூடாது என்பதே!

தனது அன்றாட வாழ்வில் தனக்கென்று ஒரு ஒழுங்குமுறை அட்டவணையை வகுத்துக் கொண்டு அதைத் தவறாது பின்பற்றும் வழக்கத்தை இயல்பாக்கிக் கொண்டிருந்தாள். அவள் விழிக்கும் போது அதிகாலை 5.00 மணி ஆகவில்லை என்றால் கடிகாரத்தில் ஏதோ பிசகு உள்ளதென்றே அர்த்தம். எழுந்த அரைமணி நேரத்தில் தனது காலைப் பணிகளை நிறைவு செய்துவிட்டு காபி லோட்டாவோடு ஜெபமாலை உருட்டத் துவங்குவாள்.

தேவமரியாளுக்கு அருளை வழங்குவதும், அவளிடமே கருணைக்கு இறைஞ்சுவதுமாய்... இடையிடையே பரலோகப் பிதாவையும் ஒருவழி செய்வதுமாய் ஜெபமாலை சொல்லி முடிப்பாள். ஜெபமாலை முடித்த கையோடு கிளம்பி, கோயிலுக்கு இரண்டாம் பூசைக்கு சென்றிடுவாள். அந்தோணியார் கோயிலில் பூசை முடிந்து வீடு திரும்பிய பின்னே தான் மற்றைய அன்றாடப் பணிகளைப் பார்ப்பாள். முன்பு அவளது மகள் இருந்த வீட்டில் அதாவது முதல் வீட்டில் இப்போது அவளது மகன் ஜோசப் தனது மனைவி மகளோடு இருக்கிறார். ஜோஸி மட்டும் தனியாக அவளது வீட்டில் இருக்கிறாள். பல சமயங்களில் அவளது பேத்தி ஸ்வீட்டி அவளோடு தங்குவாள்.சில நேரங்களில் அவளது பாட்டியோடு செல்லச் சண்டைகள் போட்டால் அன்று மட்டும் தனது வீட்டிலே தூங்கிடுவாள்.

ஸ்வீட்டி. ஜோசப்பின் ஒரே செல்ல மகள். இருப்பத்தியொரு வயது இளங்குமரி. செயிண்ட் மேரிஸ் கல்லூரியில் மூன்றாமாண்டு கணிதம் படித்து வருகிறாள். நல்ல கோதுமை நிறம். அவளை ஒருமுறை சந்தித்த கண்கள் மூளையின் செயல்பாட்டில் இருந்து விடுபட்டு நம் அனுமதியின்றி மீண்டும் மீண்டும் அவளைப் பார்க்க துடிக்கும் பேரழகி. அவளது வஞ்சகமில்லா வளைவு நெளிவுகள் நமக்குள் உண்டாக்கும் விளைவுகள் அபாயகரமானவை.

ஜோஸியின் தயவால் ஸ்வீட்டியின் நினைவுகளை முழுவதுமாய் பிரவீன் ஆக்கிரமித்து இருந்தான். வழக்கமான பாட்டிக்கதைகளில் பூதங்கள், பஞ்சவர்ணக்கிளிகள், நாடாண்ட மன்னர்கள், காடுகள், கோட்டைகள், விதவிதமான பட்சிகள் என ஏதேதோ நிரம்பியிருக்கும். ஆனால் ஸ்வீட்டிக்கு வழங்கப்பட்ட பாட்டி கதைகளில் 'பிரவீன். பிரவீன். பிரவீன்' மட்டுமே நிறைந்திருந்தான். அதனால் ஒரு கட்டத்தில் அவளே தன் பாட்டியிடம் ''ஆச்சி. ஆச்சி. மச்சான் கத சொல்லு'' என்று கேட்கும் அளவுக்கு ஆகிவிட்டிருந்தாள்.

ஸ்வீட்டி பருவம் அடைவதற்கு முன்பே பிரவீன் கப்பல் ஏறிவிட்டபடியால் அவனுக்கு அவள் குறித்த பெரிய கற்பனைகள்

ஏதும் இருக்கவில்லை. அவனது ஆச்சிதான் அவனிடம் போனில் பேசும்போதெல்லாம் ஸ்வீட்டியைப் பற்றி சொல்வாள். அவ்வப்போது அவளையும் அவனிடம் பேச வைத்திருக்கிறார் அப்போதும் அவன் பெரும்பாலும் அவளது படிப்பு குறித்தோ அல்லது அவனது அம்மாச்சியின் உடல் நலன் குறித்தோ தான் அவளிடம் பேசியிருக்கிறான். ஆனால் ஸ்வீட்டிக்கு அவனிடம் பேசிவிட்டு வைத்த ஒவ்வொரு முறையும் ஏதேதோ எண்ணங்களும், பிம்பங்களும் தோன்றி மறையும். அவளது நெஞ்சுக்குள் ஏதோ பிசைவது போலவும் பல சமயங்களில் தோன்றியதுண்டு. அவனிடம் பேசிவிட்டு வைத்த ஒருசில நிமிடங்களுக்கு அவள் ஏதோ ஒரு மாய உலகில் சஞ்சரித்து விட்டே மீண்டும் இயல்புக்கு திரும்புவாள். கடந்த ஒருவாரமாகவே ஸ்வீட்டியின் வீட்டில் பிரவீனின் வருகை குறித்த பேச்சாகவே இருந்தது. அவளும் நாட்களையும், மணித் துளிகளையும் எண்ணத் துவங்கியிருந்தாள்.

ஜொஸியின். வாழ்க்கை காத்திருப்புகளால் நிரம்பியது. தன் வாழ்வின் பெரும் பகுதியைத் தவிப்பும், காத்திருப்புமாகவே கழித்தவள். அவளது தாய்வழித் தாத்தா சி.பி.பர்னாந்து பழைய காயலில் மிகப்பெரும் செல்வந்தராய் இருந்தார். அவருக்கு மொத்தம் பதிமூன்று பிள்ளைகள். அதில் மொத்தம் ஆறு ஆண்கள், ஏழு பெண்கள். அவர்களில் ஜொஸியின் தாயார் மங்களம் ஏழாவது பிள்ளை. செல்வச்சீமான் சி.பி.பர்னாந்து ஊரும் உறவும் வியக்கும்படி தனது மகள் மங்களத்தைத் தூத்துக்குடியில் அப்போதிருந்த பெரும் செல்வந்தர்களில் ஒருவரான தன்சிலாஸ் பொன்சேகாவின் மகன் இம்மானுவேல் பொன்சேகாவிற்கு திருமணம் முடித்து வைத்தார். வாழ்வாங்கு வாழ்வாள் என எண்ணியவள் திருமணமாகி ஒரே வருடத்தில் ஆறுமாதக் கைக் குழந்தையோடு(ஜொஸி) கைம்பெண்ணாய் வந்து நின்றாள். கலங்கிப் போனார் சி.பி.பர்னாந்து. அப்போது தூத்துக்குடியின் ஆயராய் ரோச் ஆண்டகை இருந்தார். அவர் ஒருவகையில் சி.பி.பர்னாந்துக்கு உறவும் கூட.

சி.பி.பர்னாந்தும் தனது எல்லாக் குடும்ப விவகாரங்களிலும் அவரைக் கலந்தே முடிவு செய்யும் பழக்கம் கொண்டிருந்தார். பாளையங்கோட்டை புனித சவேரியார் கல்லூரியில் அப்போது பேராசிரியராய் இருந்த டிமெல் அவர்கள் சி.பி.பர்னாந்தின் மற்றொரு மருமகன். ரோச் ஆண்டகையும்,பேராசிரியர் டிமெல் அவர்களும் சேர்ந்து அளித்த ஆலோசனையின் பெயரில் தமது மகள் மங்களத்திற்கு மறுமணம் செய்துவைக்க சி.பி.பர்னாந்து முடிவு செய்தார். அவரது செல்வச்செழிப்பும் அதற்கு உதவியது. சி.பி.பர்னாந்திற்கு கொழும்பு நகரில் சொந்தமாய் இருந்த துணிக்கடைக்கு அருகே இருந்த ஓட்டலில் பொன்னையா ரொட்ரிகோ என்றொரு புன்னைக்காயலைச் சேர்ந்த பையன் வேலை செய்துகொண்டிருந்தான். பையன் ஏழ்மையான குடும்பத்தைச் சேர்ந்தவனாய் இருந்தாலும் நல்ல உழைப்பாளியாகவும், பொறுப்பானவனாகவும் இருந்தான். ஆதலால் அவனையே அவரது மகள் மங்களத்திற்கு மறுமணம் செய்து வைத்தார்.

என்னதான் மறுமணம் செய்து கொண்டாலும் அப்போது மாப்பிள்ளை வீட்டாருக்குக் கொஞ்சம் நெருடலாய் இருந்தது மங்களத்தின் மகள் ஜொஸி பற்றிதான். ஆனால் யாருக்கும் அதைப்பற்றி சி.பி.பர்னாந்திடம் பேசத் துணிவு வரவில்லை. பொன்னையா ரொட்ரிகோவின் தந்தை, ராஜேந்திர ரொட்ரிகோவும் இதில் தயக்கம் காட்டி நின்ற போது. சி.பி.பர்ணாந்துக்கு அவர்களது நிலை புரிந்து அழுத்தமாக அனைவரிடமும் சொல்லி விட்டார். ''நீங்களாய் கேட்டாலும் இவளைத் தருவதற்கில்லை. ஏனெனில் இவள் என் பேத்தி அல்ல எனது பதினான்காம் பிள்ளை'' என்று சபையிலே அழுத்தம் திருத்தமாய்ச் சொல்லிவிட்டார்.

என்னதான் செல்வச்செழிப்பான தாத்தாவும் பாட்டியும் வளர்த்தாலும் பெற்ற தாயின் அன்புமின்றி, தந்தையின் அரவணைப்புமின்றி வளர்வது எத்தனை கொடுமை? பிறந்ததிலிருந்து தந்தை முகம் பார்த்தரியாத வேதனை ஒருபுறமென்றால் மறுபுறம்

கண்ணுக்கெட்டிய தூரத்தில் தாயிருந்தும் தாய்மை கிடைக்காத வலியோடும் வளரத் துவங்கினாள் ஜொஸி. எப்போதாவது தன் தந்தையைப் பார்க்க மங்களம் வரும்போதே பெற்றவளைப் பார்க்கவும், அவள் மடியில் தவழ்ந்து தன் ஆசைகளைத் தீர்த்துக் கொள்ளவும் ஜொஸியால் முடிந்தது. ஆம்!! குழந்தைப் பருவத்தே அவளது காத்திருப்பு வாழ்க்கை துவங்கியது.

பேத்தியின் கண்ணசைவுக்கு மாத்திரமே காத்திருந்தார் சி.பி.பர்னாந்து. அவளது கனவுகளை நினைவாக்குவதையே தம் வாழ்வின் முதல் பணியாய்க் கொள்ளத் துவங்கினார். ஆசையாசயாய் பேத்தியை பரதநாட்டியம் பயிலச் செய்தார். ஊரே மெச்ச ஆயர். ரோச் ஆண்டகையின் தலைமையில் அரங்கேற்றமும் செய்து அழகு பார்த்தார். பாளையங்கோட்டையில் உள்ள புனித சவேரியார் மேல்நிலைப்பள்ளியில் சேர்த்து கல்வி பயிலச் செய்தார்.

காலம் பூக்க காய்கனிந்தது. தம் பார்வை விழுமுன்னே அவளுக்கு ஒரு கல்யாணம் செய்துவைக்க முடிவு செய்தார். பதிமூன்று பிள்ளைகள் பெற்றவரானாலும் பேத்தியைப் பிரிய மனமின்றி தனது அண்ணனின்(சின்னையா மகன்) மகன் சூசைப்பர்னாந்துக்கே மணமுடித்து வைத்தார்.

சூசைப்பர்னாந்தின் குடும்பம் அத்தனை வசதியானதில்லை. ஆனால் சூசைப்பர்னாந்து கடுமையான உழைப்பாளி. மாலுமியாய் இருந்தார். ஒருமுறை கப்பலுக்குப் போனால் தொடர்ந்து இரண்டு மூன்று வருடங்கள் வரையாகும் திரும்பி வர. இந்தச் சமயத்தில் சி.பி.பர்னாந்தும் இறந்து போனார். ஜொஸி குடும்பத்தோடு தூத்துக்குடியில் குடியேறினாள். ஜெயா, ஜோசப் இருகுழந்தைகளுக்கும் இந்த காலகட்டத்தில் தாயாகிப் போனாள். திருமணத்துக்குப் பின்னும் அவளது வாழ்வு கணவனுக்கான காத்திருப்புகளிலேயே கழியத் துவங்கியது.

ஆனாலும் அந்த நெடிய காத்திருப்பின் வலியை ஒவ்வொரு முறை சூசைப்பர்னாந்தின் வருகையின் போதும் ஓரளவுக்கேனும் ஆற்றிக் கொள்ள முடிந்தது. அந்த சின்னஞ்சிறு ஆறுதலும் பேரிடியாய் மாறி அவளைத் தாக்கியது, சூசை பர்னாந்து திடீரென்று மன அழுத்தத்தால் முடங்கிப் போய் கரை கண்டபோது ஒரு கடற்பயணத்தின் போது எப்போதும் அவருடனே திரியும் மாலுமி ஒருவன் திடீரென்று தற்கொலை செய்து கொண்டான். அந்த நிகழ்விற்கு பின் ஏற்பட்ட வெறுமையால் அவர் மன அழுத்தத்திற்கு உள்ளானார். திரைக்கடலோடி திரவியத்தோடு திரும்புவார் எனக் காத்திருந்த ஜொஸிக்கு தன்னிலை மறந்த நிலையில் கணவன் திரும்பி வந்தபோது நொந்தேபோனாள்.

சி.பி.பர்னாந்தால் சீதனமாக அவளது கல்யாணத்தின் போது கொடுக்கப்பட்ட வயல்வெளி, உப்பளம், நகை நட்டுகள் எனக் கொஞ்சம் கொஞ்சமாய்க் கரையத் துவங்கியது. மந்திரம் பாதி. மருத்துவம் மீதி என எல்லாம் கரைந்த நிலையில் சூசைபர்ணாந்து கொஞ்சம் கொஞ்சமாய் இயல்புக்குத் திரும்பினார். அப்போது கிட்டத் தட்ட அவளது குடும்பம் வறுமையில் சிக்குண்டிருந்தது. பிள்ளைகளும் பிராயத்தைத் தொட்டிருந்தனர்.

சூசைப்பர்ணாந்து மீண்டும் கப்பலுக்குச் செல்ல ஆரம்பித்தார். எல்லாம் சரியாகி பிள்ளைகளுக்குக் கல்யாணம் காட்சி, பேரப்பிள்ளைகள் என மகிழ்ச்சித் தென்றல் மெல்ல வீசத் துவங்கியது. தனது அந்திம காலத்திலாவது நிம்மதியாய் காத்திருப்புகளற்றுக் கழியும் என ஜொஸி எண்ணிக்கொண்டிருந்தபோது தான் அவளது குடும்பத்தில் காலனின் கரங்கள் தொடர்ச்சியாகப் படர்ந்து மகள், கணவன், மருமகனென தொடர் மரணங்கள் நிகழ்ந்தன. ஓரிரு வருடங்களில் பேரன் பிரவீனும் கடலுக்குச் சென்றுவிட்டான். மீண்டும் அவளது காத்திருப்பு வாழ்க்கை துவங்கியது.

அவள் வாழ்வதற்கான ஒற்றைக் காரணமாய் இருப்பது அவளது பேரன் பிரவீன் மட்டுமே!!! அவள் கண்மூடுவதற்கு முன்னால் தனது பேரன் பிரவீனுக்கும் பேத்தி ஸ்வீட்டிக்கும் திருமணம் முடித்து வைத்து தனது வம்சத்தைப் பெருகச் செய்து கண்குளிரப் பார்த்துவிட வேண்டுமெனவே அவள் தன் உயிரை மிச்சம் வைத்திருந்து நம்பிக்கையோடு காத்திருக்க துவங்கினாள்.

இப்படியாகக் காலமெல்லாம் அவள் வாழ்வு காத்திருப்புகள் நிரம்பியதாகவே மாறிப்போனது. பிறந்ததிலிருந்து வளரும் வரை தாயின் வருகைக்காவும், அன்பிற்காகவும் ஏக்கமாய்க் காத்திருக்கத் துவங்கியவள் மணவாழ்வுக்குப் பின் கடலோடியான தன் கணவனின் வருகைக்காக ஒவ்வொரு ஆண்டும் காத்திருக்கப் பணிக்கப்பட்டாள். இதோ இப்போது தன் பேரனின் வருகைக்காகக் காத்திருப்பது வரை அவள் தன் வாழ்வின் பெரும் பகுதியைக் காலத்தோடு மல்லுக் கட்டியபடியே கடந்து வந்திருக்கிறாள். இப்போது அந்த இரவின் நீட்சி அவள் காத்திருப்பை அதிகமாக்கிக் கொண்டிருந்தது. ஞாயிறின் ஒளிக்கீற்றுகள் கொஞ்சம் கொஞ்சமாய் இருளை விலக்கி வானில் படரத் துவங்கியது.

4

2010 ஜூலை 26

அதிகாலை

ரயில் கீரீச். என்னும் சத்தத்தோடு வாஞ்சி மணியாச்சியில் நின்றபோது. 'சூடா அ காபி ய் டீ இ சாய்' 'வட. போளி வடேய்' என காகங்களுக்குப் போட்டியாக மனிதக் குரல்கள் சன்னல்களுக்கு வெளியே இரைந்து கொண்டிருந்தன. தூக்கம் கலைந்து கண்விழித்தான் பிரவீண். சிறுவர்கள் இருவரைத் தவிர மற்ற அனைவரும் விழித்திருந்தனர்.

படுத்திருந்த படியே மெல்ல எழுந்து தனது இருக்கையில் ஒருவாறு சாய்ந்தபடி அமர்ந்து கொண்டு சன்னலுக்கு வெளியே பார்வையை விட்டான். விடிந்து விட்டிருந்தது. வாஞ்சி மணியாச்சியே. அவனுக்கு தூத்துக்குடியின் எல்லையைப் போல் பட்டது. 'எத்தனை வருடங்கள் ஆகிவிட்டது இந்த மண்ணைப் பார்த்து?' என ஏக்கத்தோடு எண்ணிக் கொண்டான். நன்றாக சுவாசித்து ஒரு பெருமூச்சு விட்டுக்கொண்டான். அந்தக் காற்றே அவனுக்கு அத்தனை நெருக்கமாய் பட்டது. இந்த மண்ணைப் பிரிந்து எப்படி தன்னால் இத்தனை ஆண்டுகள் இருக்க முடிந்தது? என எண்ணி மலைத்துக்கொண்டான். நெடுநாள் பிரிந்திருந்த காதலியைப் பார்த்த உணர்வுடன் செய்கையற்று வீற்றிருந்தான்.

திடீரென்று அவனது செல்போன் சிணுங்கியது. எடுத்து பார்த்தான் ''joseph mama calling'' என மின்னியது.

''ஹலே. மாமா...''

''ஹலோ ஹலோ. ஓ''

''ஹலோ மாமா கேக்குது சொல்லுங்க''

''ஹலோ. ஆங். இப்ப எங்க வந்திட்டிருக்கய்யா?''

''மாமா இப்ப வாஞ்சிமணியாச்சில இருந்து டிரெயின் கௌம்பிருச்சு...''

''எங்கய்யா. எறங்குற?''

''நான் மேலூர்லயே இறங்கிருறேன் மாமா''

''ஆங். சரியா சரி. நான் அங்க இன்னும் அஞ்சு நிமிஷத்துல வந்திர்றேன்''

''அதெல்லாம் எதுக்கு மாமா. நான் வந்திர மாட்டேனா?''

''பெரிய மனுசன் மாறி பேசாத நான் வந்திர்றேன்'' என்றபடி அவனது பதிலை எதிர்பார்க்காமல் போனை வைத்துவிட்டார்.

ஜோசப் எப்போதும் அப்படித்தான். அவரைப் பொறுத்தவரை இன்னமும் பிரவீன் சின்னப் பையன் தான். மருமகன் மேல் எப்பவும் தனிப் பிரியம் உண்டு அவருக்கு. அவன் பிறந்தபோது 16-ஆம் காம்பவுண்டையே விழாக்கோலம் பூணச்செய்து விட்டார். தன் அக்காளுக்கு ஆண் வாரிசு பிறந்ததை ஏதோ தேவதூதனின் வருகையைப் போல் அத்தனை விமர்சையாகக் கொண்டாடினார். அவருக்கு தனது அக்காள் ஜெயா என்றால் அத்தனை மரியாதையும்,பாசமும் உண்டு. ஜோசப்பைவிட ஜெயா இரண்டு வயதே மூத்தவள். ஆனாலும் ஜொஸியைவிட அவளே அவரிடம் அதிக கண்டிப்பைக் காண்பிப்பவளாய் இருந்தாள். அவரும் அவளது வார்த்தைக்கு மறுபேச்சு பேசாமல் தன்னை மாற்றிக் கொள்வார்.

பிரவீனுக்கு நினைவு தெரிந்த காலத்திலும் அதாவது ஜோசப்பிற்குத் திருமணமான பின்பும் அவரை ஜெயா கோபப்பட்டு கைநீட்டி அடித்ததைப் பார்த்திருக்கிறான். அதுவும் அவர் தன் மனைவி சோபியாவை ஏதோ வாக்குவாதத்தின் போது கைநீட்டிவிட்டார் என்பதற்காக.

பிரவீனுக்கு தன் மாமன் மீது அதிக பிடிப்பு ஏற்படுத்திய காரணங்களில் மிகவும் முக்கியமானது அவர் தன் தாயின் மீது வைத்திருக்கும் தனிமரியாதையும், பாசமும் தான்.

''என்ன சார் இன்னும் தூக்கம் கலையலையா?'' என்றபடி ஆஸ்கர் அவன் முன் வந்து நின்றார்.

சட்டென்று தன் கால்களை இழுத்துக்கொண்டு அவருக்கு உட்கார இடம் கொடுத்தபடி ''இல்ல அப்போதே. எந்திச்சிட்டேன். சும்மா அப்படியே உக்காந்து பாத்திட்டு இருக்கேன்''

ஆஸ்கர் அவன் பக்கத்தில் அமர்ந்து கொண்டார். பிள்ளைகளும் எழுந்து விட்டிருந்தனர். அப்படியே ஏதேதோ பேசிக் கொண்டே வந்தார்கள். அரைமணி நேர பயணத்தில் ரயில் தூத்துக்குடிக்குள் நுழைந்தது. ஊர் ரொம்பவே மாறிவிட்டிருந்ததை உணர்ந்தான். மூன்றாம் கேட்டுக்கு மேலாக ஒரு பாலம் புதிதாய் சென்று கொண்டிருப்பதையும் கவனித்தான். ஒருவழியாய் ரயில் குரண்டாம் கேட். மேலூர் நிலையத்திற்கு வந்து சேர்ந்தது. அனைவரிடமும் சொல்லிவிட்டு மேலூரில் இறங்கினான். ஏழு ஆண்டுகளில் ஊரில் எத்தனை எத்தனை மாற்றங்கள் என எண்ணிக்கொண்டான். மேலூர் ரயில் நிறுத்தமே அவனுக்குப் புதிதாய் தெரிந்தது. அவனை 'சார். ஆட்டோவேணுமா. சார்?' 'சார் எங்க போணும் சார் ?' என ஆட்டோ ஓட்டுனர்கள் மொய்க்கத் துவங்கினார்கள். ஓரிருவருக்கு வேண்டாம் என பதில் சொல்லிப் பார்த்தான்.

அவர்கள் விடுவதாய் தெரியவில்லை. பின்பு பதிலேதும் சொல்லாமல் நடக்கத் துவங்கினான். அவனை மொய்த்துக்

கொண்டிருந்தவர்கள் விலகிப் போக ஆரம்பித்தனர். சுற்றும் முற்றும் பார்த்து தன் மாமன் ஜோசப்பைத் தேடினான். அவர் இவனது கண்ணுக்கு அகப்படாமல் போகவே செல்போனை எடுத்து அவருக்குப் போன் செய்யப் போன போது. ''பிரவீண்'' என்றபடி ஜோசப் தீடீரென்று அவன் முன் முளைத்து அவனைக் கட்டிக் கொண்டார். அவனும் வாஞ்சையாய் அவரைத் தழுவிக் கொண்டான்.

''இங்க மாமன் ஒருத்தன் கடக்காம்கிறதையே மறந்திட்டியேப்பா. உன்ன வரவழைக்க எத்தன பாடுபட வேண்டிக் கெடக்கு. நல்லா எளச்சு கறுத்து போயிட்டியேப்பா''

''சும்மா இருங்க மாமா நீங்க வேற''

''எய்யா அந்தப் பெட்டியையும் பையையும் எங்கிட்ட குடு'' என்றபடி அவன் கையிலிருந்து பெட்டியைப் பறித்துக் கொண்டார்.

''அய்யோ மாமா நானே தூக்கிக்கிர்றேன்...'' என அவன் சொல்லியும் கேட்காமல் அவர் முன்னே நடக்கத் துவங்கினார். அபிராமி மஹாலுக்குச் சற்று முன்னதாக நின்று கொண்டிருந்தவருக்கு ஏதோ சைகை காண்பித்தார். அவரும் புரிந்து கொண்டவராக இவர்களை நோக்கி வந்தார். ஏறத்தாழ இவர்கள் இண்டிகோ கார் அருகே செல்லவும் அவர் இவர்களை நெருங்கவும் சரியாக இருந்தது. அவர் பிரவீனைப் பார்த்ததும் ''என்ன தம்பி எப்படி இருக்கீங்க? பாத்து வருசக்கணக்கா ஆச்சு'' என பிரியமாக விசாரித்த போது இவனுக்கு அவரை யார் என்றே அடையாளம் தெரியவில்லை என்றபோதும் சமாளித்தபடியே ''ஆங். நல்லா இருக்கேன்'' என சிரித்து வைத்தான்.

''அவர் காரின் முன் இருக்கைக் கதவைத் திறந்து டிக்கியை ஓப்பன் செய்தபடியே''தம்பி நா யாருன்னு தெரியிதா?'' என்றார்.

இவன் ஒருவித சங்கோஜத்தோடு பதில் சொல்ல முடியால் வலுக்கட்டாயமாக ஒருவித புன்னகையை வரவழைத்தபடி''இல்ல. சரியா ஞாபகமில்ல''

''ஏய்!!! ஆட்டோ மாமாடா. இவரோட ஆட்டோவுல தான் முந்தி நீ ஸ்கூலுக்கெல்லாம் போன. மறந்திட்டியா?'' என்றபடி அவரை அவனுக்கு ஞாபகப்படுத்த முயற்சித்தார். ஆனாலும் அவனால் தன் நினைவடுக்குகளில் இருந்து முழுவதுமாய் அவரை மீட்க முடியவில்லை.

காரின் டிக்கியில் ஒருவழியாக அவனது பெரிய பெட்டியை மட்டும் வைத்து மூடினார்கள். தோளில் போட்டிருந்த பையைத் தன்னோடு வைத்துக் கொண்டு காரின் பின் இருக்கையில் ஏறினான். ஜோசப் டிரைவருடன் முன் இருக்கையில் ஏறிக் கொண்டார். முதல்வேளையாய் காரின் கண்ணாடியை இறக்கிவிட்டுக்கொண்டான். அதே பழைய கூட்ட நெரிசலோடு வண்டி இரண்டாம் கேட்டைக் கடந்து மெல்ல ஊர ஆரம்பித்தது. இருசக்கர வாகனங்களின் ஹாரன் இரைச்சல்கள் காதைக் கிழித்துக் கொண்டு மக்களின் இயல்பை உரக்கச் சொல்லிச் கொண்டிருந்தது.

''என்னய்யா. பயணமெல்லாம் எப்படி இருந்துச்சு?''

''ஒண்ணும் பிரச்சனை இல்ல மாமா. ஊரே மாறிப்போச்சே''

''நீங்க ரொம்ப நா கழிச்சு பாக்குறதால அப்படி தெரியுது போல. எல்லாம் அப்படியே தான் இருக்கானுவ'' என்றபடி டிரைவரும் தன் பங்கிற்கு ஹாரன் அடித்து சத்தத்தை உற்பத்தி செய்தார். வண்டி போட்டோ பார்க்கை ஒட்டி டபிள்யூ.ஜீ.சி ரோட்டில் திரும்பியது. அன்று வழக்கத்திற்கு மாறாக மக்கள் கூட்டம் சாரை சாரையாக சாலையில் சென்று கொண்டிருந்தன, எல்லாம் விதவிதமான உடையலங்காரங்களோடு.

''மாமா காலங்காத்தால இந்த கூட்டமெல்லாம் எங்கப் போவுது?''

''நீ என்ன இப்புடி கேக்குற இன்னக்கு ஜூலை 26. நம்ம மாதாகோயில் கொடியேத்தம்ல மறந்திட்டியா?''

''ஆமோ. ல்ல பாருங்க. எனக்கு அது சுத்தமா ஞாபகமே இல்ல. கொடியேத்தம் எத்தன மணிக்கு மாமா?''

‘‘அது. கொடியேருறதுக்கு எட்டேகால் எட்டரை வரை ஆயிரும். ஆனா நேரமே போனாத்தான் நிக்கறதுக்காவது எடம் கெடக்கும். அங்க எல்லாரும் கோயிலுக்கு தான் கெளிம்பிட்டு இருக்குதுக. நீயும் வருவல்ல?’’

‘‘ஆங். வாரம்மாமா. கொஞ்சோம் நசநசன்னு இருக்கு. போய் குளிச்சிட்டு உடனே கிளம்பிரலாம்’’

‘‘இப்பவே மணி ஏழுஇருபது ஆச்சு’’என ஜோசப் சொல்லிக் கொண்டிருக்கும் போதே கார் அவர்களது தெருமுக்கிற்கு வந்திருந்தது. கார் சின்னக் காம்பவுண்ட் வாசலில் நின்றதும் தான் தாமதம் ஜொஸி ஓடோடி வந்தாள். பிரவீன்தன் பையோடு இறங்கியதும் அவனை வாசலில் வைத்தே கட்டி அணைத்து உச்சி முகர்ந்து முத்தமிட்டபடி ‘‘எய்யா. என்ன பெத்த ராசா. இந்தக் கெழடு ஒண்ணு இங்க சீவனப் புடிச்சிட்டு. கெடக்கேன்னு நெனச்சுப் பாத்தியா’’ என ஆனந்தமும், ஆதங்க முமாய் கண்ணீர்த் துளிகளால் அவன் கன்னங்களை நனைத்தாள். தன் தாயின் கரங்களே தன்னைத் தீண்டுவது போல் உணர்ந்தவன் அவளது கண்ணீரில் கரையத் துவங்கினான்.

‘‘எம்மா. என்ன? புள்ளய வாசல்ல நிக்கவச்சிக்கிட்டு’’ என்றபடி அவர்களைத் தன் வீட்டிற்குள் இட்டுச் சென்றான் ஜோசப். அதற்குள் அவன் வீட்டு முன்னால் சிறு கூட்டமே கூடிவிட்டிருந்தது.

‘ஜொஸியம்மே. பேரன் கப்பல்ல இருந்து வந்திருக்கானாம்’

‘ஏழெட்டு. வருசத்துக்கு முன்னால போன புள்ள இப்ப திரும்பியிருக்குன்னா சும்மாவா’

‘யாரு நம்மா செயாக்கா மவனா? வந்திருக்கியான்’

‘இனி ஸ்வீட்டி குட்டியத் தான் கைல புடிக்க முடியாது’

‘என்னமா. வளத்தியும் வண்ணமுமா வளந்திட்டான். இம்மிட்டு கோண்டு இருக்கும் போது பாத்தது’

‘ஏங். பாத்து பேசுங்க ஜொஸியம்மே காது கேட்டுச்சு. அவ்ளோ தான்’

என விதவிதமான பார்வைகள், சிந்தனைகள், பேச்சுக்கள், என அவனது வருகை அங்கு கூடியிருந்தவர்கள் ஒவ்வொருவரிடமும் இருந்து ஒவ்வொரு விதமாய் வெளிப்படத் துவங்கியது.

ஜோசப்பின் வீடு மூன்று பத்திகள் கொண்டது. முதலில் நுழைந்தவுடன் ஒரு சிறிய வரவேற்பறை அந்த வரவேற்பரையின் இடது பக்கம் ஒரு படுக்கயறை. அங்கே கழிவறையும்,குளியலறையும் அதனுள்ளே தான். அந்த வரவேற்பறையின் மேல்பக்கம் ஒரு சிறிய சமையலறை. அதன் ஊடே மொட்டை மாடிக்குச் செல்லும் படிக்கட்டு. அதுதான் மொத்த வீடும்.

பிரவீன்வரவேற்பறையில் காபி குடித்தபடி அமர்ந்திருந்தான். அவனது அத்தை சோபியா,ஜொஸியம்மா மற்றும் மாமன் ஜோசப் அனைவரும் அவனைச் சுற்றி நின்றும்,அமர்ந்தும் பேசிக் கொண்டிருந்தார்கள். அவனது வருகைக்கான நாட்களையும், மணித்துளிகளையும் எண்ணியபடி காத்திருந்த ஸ்வீட்டியோ இன்னும் குளியலறையிலிருந்து வெளிவந்த பாடில்லை. அவனது அத்தை சோபியா மாத்திரம் கொடியேற்றத்திற்குக் கிளம்பிவிட்டிருந்தாள்.

''என்ன, கொடியேத்ததுக்குப் போக வேணாமா? இப்படியே பேசிக் கிட்டிருந்தா எப்படி? அவன் இங்கதான இருக்கப் போறான்'' - ஜோசப்

''அந்த கொமரிய எங்கக் காணோம்? மச்சான் எப்ப வருவான்னு கெடந்தாளே, இப்ப எங்க ஓடி ஒளிஞ்சு கெடக்கா?'' - ஜொஸியம்மா

இந்தப் பேச்சையெல்லாம் உள்ளிருந்தே கேட்டுக் கொண்டிருந்த ஸ்வீட்டி 'கெழவி ரொம்ப ஓவராப் போய் நம்ம மானத்த வாங்குதே' என செல்லக் கோபத்தோடு எண்ணிக்கொண்டாலும் 'நம்ம பத்தி இந்தளவுக்காவது பேசி நான் ஒருத்தி இங்க இருக்கம்ங்கற நெனப்பயாவது குடுத்தாகளே!!' என்றும் ஒருவகையில் ஆறுதல் பட்டுக்கொண்டாள். அதேசமயம் 'இந்த மச்சானுக்கு நம்ம பத்தி ஒரு வார்த்தயாவது கேக்கத் தோணுதா?' என்றும் ஆதங்கம் மேலெழுந்து ஓய்ந்தது.

''மாமா. நான் அங்க ஆச்சி வீட்டுக்குப் போய் குளிச்சு கெளம்பி வர்றேன். அப்புறம் சேந்து போகலாம்.'' என்றபடியே தன் பாட்டியை அழைத்துக் கொண்டு அவள் வீட்டுக்குச் சென்றான்.

அவன் குளித்துக் கொண்டிருக்கும் போதே ஜோஸியம்மா கிளம்பி விட்டிருந்தாள். பேரன் வந்த மகிழ்ச்சியில் தனக்கு ரொம்ப பிடித்த குங்கும நிறச் சேலையை அணிந்திருந்தாள். அந்த சேலையை அவள் அணிந்து பல வருடங்கள் ஆகியிருக்கும். சமீபகாலங்களில் பெரும்பாலும் பழுப்பு நிறச் சேலைகளையும், நீலம், ஊதா, கருப்புவெள்ளை கலந்த சேலைகளையுமே அணிந்து வந்தாள்.

அழகான பிங்க் நிற டிசைனர் சேலை ஒன்றை floating - விட்டபடி சிக்கென்று அணிந்து கொண்டு ஒரு கற்றை மயிரைத் தன் முன் நெற்றியில் தவழ விட்டுக்கொண்டு அங்கு வந்தாள் ஸ்வீட்டி. பல நூறு கோடி புண்ணியங்களைத் தம் முன் ஜென்மத்தில் செய்ததன் விளைவாக அவள் செங்கழுத்தை அலங்கரித்தபடி அவளது மார்பின் மீது தவழ்ந்து கொண்டிருந்தது, வைரக்கல் பதித்த ஆப்பிள் டாலருடன் கூடிய அந்த ஒற்றைச் செயின்.

''ஆத்தே. எந்த மன்னவன மண்ணாக்கவ்வச் செய்ய ஆட்டம்?''

''கெழவி. நீ எந்த மன்னவன கவுக்க இப்படி நிக்கியோ. அதுக்குத்தான் நானும் வந்திருக்கேன்''

''அடிச் செருப்பால சின்னக் கழுத''

''எவ்வளவு தெரியோமிருந்தா ஓம் பேரன் எப்ப வருவான்னு நான் காத்துக் கெடந்தேன்னு சொல்லி ஏம் மானத்த வாங்குவீக?'' என அவள் தன் பாட்டியோடு மல்லுக்கட்டிக் கொண்டிருக்கும் போது தலையைத் துவட்டியபடி அங்கங்கே செதுக்கி வைத்தாற் போன்ற கட்டுடலின் மீது ஒரு டர்க்கி துண்டை மட்டும் தவழவிட்டுக் கொண்டு சிகப்பு நிற ஷார்ட்ஸோடு பிரவீன்அங்கு வந்தான். அவனைப் பார்த்தபோது அவளது கர்வம் மங்கி அட்ரினல் சுரப்பிகளின் தயவால் மெல்ல இச்சை

படர்ந்து அவளை உந்தியது.

"வாடி என் ஆத்தா பெத்த சக்களித்தி. வாய்க்கு வாய் வம்பளந்தியே, இப்ப பேச்சுமூச்சக் காணோம்?" "எய்யா. இங்க மினுக்கிட்டு நிக்காளே இந்த கொமரி யாருன்னு தெரியுதா?"

பிரவீன்அப்போது தான் அவளை நிமிர்ந்து நன்றாகப் பார்த்தான். குளித்துவிட்டு வந்தவனுக்கு குப்பென்று வியர்த்தது. அவனுக்குள் உறங்கிக் கொண்டிருந்தது மெல்ல விழிக்கத் துவங்கியது.

"இது. இது." என அவன் இழுத்துக் கொண்டிருந்தான்.

"ஒம்மாமம் மொவ"

"ஸ்வீட்டியா!!! இப்படி வளந்துட்டா?"

"வேற எப்படி வளரனுங்கிறியரு?"

"ஆச்சி. நான் வாரேன்" என்று வெட்கப்பட்ட படியே அவள் வெளியேறினாள்.

தீடீரென்று ஏற்பட்ட கிளர்ச்சி ஆயிரம் உணர்வுகளை அவனுக்குள் ஒரே சமயத்தில் தோற்றுவித்தது. சின்னஞ் சிறியவளாய் பார்த்துச் சென்றவள் பட்டாம்பூச்சியாய் தன்முன் சிறகடித்து நிற்பாள் என அவன் கனவிலும் எண்ணவில்லை. ஏதோ ஒரு இனம்புரியாத பிடிப்பு அவன் வாழ்க்கையில் தோன்றியது போல் உணர்ந்தான். அத்துணை பயணக் களைப்பும் மறைந்து போய் புதிய உற்சாகம் அவனைத் தொற்றிக் கொண்டது.

தனது பெட்டியைத் திறந்து மிகவும் சிரத்தையோடு தன் ஆடைகளிலே மிகவும் பிடித்தமான ஆஸ்திரேலியாவில் எடுத்த இளநீல நிறச்சட்டையும், இங்கிலாந்தின் வைத்து எடுத்த கறுப்பு நிற பேண்டையும் அணிந்து கொண்டான். ஒட்டகத்தோலினால் செய்யப்பட்ட ஒட்லாண்ட்ஸ் சப்பாத்தை அணிந்து கொண்டான். தனது தலைமயிரை ஹீட்டரினால் சரி செய்து செட் பண்ணிக் கொண்டான். வெளியே செல்வதற்கு எத்தனித்தவன் ஏதோ ஞாபகம் வந்தவனாய்

தனது பைக்குள் கையைவிட்டு அடிடாஸ் பாடிஸ்பிரேயை எடுத்து மீண்டும் குளித்துக் கொண்டான்.

''என்னய்யா.போலாமா? அங்கன கொடியேறிறப் போவுது'' என ஜொஸி நினைவூட்டினாள்.

''ஆங்.கௌம்பியாச்சு ஆச்சி''

''அது என்னையா செண்டு இந்த மணம் மணக்குது?'' என அவள் கேட்டதும் தான் தாமதம் உள்ளே வைக்க இருந்த பாடி ஸ்பிரேவை எடுத்து அவளுக்கும் அடித்து விட்டான்.

''ஆத்தே.என்ன மணம்? வெல ரொம்ப சாஸ்தியோ?''

''அதெல்லாம் இல்ல வெறும் இருபது டாலர்தான்''

''அது எம்புட்டு நம்ம பணத்துக்கு?''

''தோராயமா தொள்ளாயிரம்... ஆயிரம் வரும்''

''ஆயிர ரூவாயா..?'' என வாய்பிழந்தாள்.

இருவரும் வீட்டைப் பூட்டிவிட்டு வெளியே வந்தபோது ஜோசப்பும் அவர்களுக்காக காத்துக் கொண்டிருந்தான்.

''எய்யா. நீயும் ஆச்சியும் கார்ல ஏறி போங்க நான் பின்னால வண்டில வாரன்''

''ஏன்யா நீயும் எங்க கூடவே வரலாம்ல?''

''எம்மா. அவளும், ஸ்வீட்டியும் வண்டில இருக்காங்க. அவ்வளவு பேருதான் அது கொள்ளும். நீங்க சீக்கிரோம் வண்டில ஏறுங்க''

இருவரும் காருக்குள் ஏறிக்கொள்ள கார் மாதாகோயிலை நோக்கி விரைந்தது. அங்கே இருவரின் இதயங்கள் மட்டும் ஒருவருக்குள் ஒருவராய் பயணிக்கத் துவங்கியது.

5

பனிமய மாதா கோயில்...

தூத்துக்குடியின் மிகப் பழமையான ஆலயங்களில் ஒன்று. சமய பேதமின்றி தூத்துக்குடியின் மக்கள் மட்டுமின்றி பல்வேறு ஊர்களில் இருந்தும், தூர தேசங்களில் இருந்தும் வரும் மக்களால் வழிபடப்பட்டு வருகிறது. இந்தக் கோயிலின் தோற்றத்திற்கும் இதில் கொலுவேற்றிருக்கும் பனிமய அன்னைக்கும், பரதவ மக்களுக்கும் ரத்தமும், வலியுமாய் நானூறு ஆண்டுகளுக்கும் மேலான ஒரு வரலாறு உண்டு.

16 ஆம் நூற்றாண்டு.

பரதவர்களுக்கும், இஸ்லாமியர்களுக்கும் இடையே முத்துக்குளித்துறையில் ஆதிக்கம் செலுத்துவது தொடர்பாக நீண்ட பகையொன்று இருந்து வந்தது. அந்தக் காலக்கட்டத்தில் தூத்துக்குடி, முத்துக்குளித்துறையின் தலைநகரைப் போல் விளங்கி வந்தது. அதேசமயத்தில் தான் போச்சுகீசியர்களும் முத்துகுளித்துறையை முழுவதுமாய் ஆக்கிரமிக்கத் துடித்துக் காத்துக் கொண்டிருந்தார்கள். குமரியில் இருந்து வேம்பார் வரை பிரதானமாய் ஏழு கடற்கரை கிராமங்கள் பரதவர்களின் கட்டுப்பாட்டில் இருந்தன. அவை மணப்பாடு, புன்னைக்காயல், வீரபாண்டியப்பட்டணம்,

தூத்துக்குடி, வேம்பார், திருச்செந்தூர் மற்றும் வைப்பார். இந்த ஏழு ஊர்களின் தலைவரை பட்டங்கட்டியார் என்று அழைத்து வந்தார்கள். அவர்தான் பரதவ மக்களின் தலைவராகவும் அப்போது இருந்தார்

ஒரு பரதவனுக்கும், இஸ்லாமிய சமூகத்தைச் சார்ந்த ஒருவருக்கும் ஏற்பட்ட கைகலப்பில் அந்த பரதவனின் கடுக்கன் அணிந்த காதை இஸ்லாமியர் கடித்து துப்பியுள்ளார்... Yes!!! it was the last straw that broke the camel's back. என்னும் ஆங்கிலச் சொற்றொடருக்கு இணங்க பல ஆண்டுகளாக இருவேறு இனத்தவருக்குமிடையே இருந்த தொடர் வெறுப்புக்கு அந்தச் சம்பவம் ஒரு மிகப்பெரும் கலவரத்துக்கான தொடக்கமாய் அமைந்து போனது.

பரதவன் ஒருவனின் காது கடித்தெறியப்பட்டது பரதவ இனத்துக்கே ஏற்பட்ட அவமானமாய் கருதப்பட்டது. ஆகவே இஸ்லாமிய சமூகத்தின் மீது மிகக் கடுமையான தாக்குதலை பரதவர்கள் தொடுத்தார்கள். அடிபட்ட புலியாய் இஸ்லாமிய சமூகத்தைச் சார்ந்தவர்களும், அண்டை ஊர்களில் இருந்தெல்லாம் ஆட்களைக் குவித்து பரதவ இன அழிப்பை துவங்கினர், ஒரு பரவனின் தலைக்கு ஐந்து பணம் என அறிவிக்கப்பட்டு பரவர்கள் கொல்லப்படலாயினர். பரதவ இனமே அழிவின் விளிம்பிற்குச் சென்றது. பரதவர்களின் தலைவரான பட்டங்கட்டியார் செய்வதறியாமல் திகைத்து நின்றார். அப்போது குமரியில் குதிரை வாணிபம் செய்து வந்த ஜான்.டி.குரூஸ் என்பவரது வழிகாட்டுதலின் பெயரால் பரதவர்களின் தலைவரான பட்டங்கட்டியார் போர்ச்சுகீசியர்களின் உதவியை நாடினார்.

ஓடுமீன் ஓட உறுமீன் வரும் வரை காத்திருந்த போர்ச்சுகீசியர்களும் பரதவர்களுக்கு உதவ முன்வந்தனர். ஒருநிபந்தனையுடன். ஆம்!! அது மதமாற்றம் தான்.

1535.

இஸ்லாமிய சகோதரர்களின் ஆதிக்கம் அந்நியரின் உதவியோடு முறியடிக்கப்பட்டு பரதவர்களின் ஆதிக்கம் மீண்டும்

வங்கக்கரையோரம் ஆரம்பித்தது. செஞ்சோற்றுக் கடன் தீர்க்க முப்பத்தி ஐந்தாயிரத்திற்கும் மேற்பட்ட பரதவர்கள் ஒரே சமயத்தில் கிறுத்துவத்தைத் தழுவினர். பக்தியாலன்றி நன்றிக்கடன் தீர்க்க மட்டுமே மதமாறியதால் அவர்கள் கிறுத்துவப் பிடிப்பில்லாமலே இருந்தனர். ஆதலால் போர்ச்சுகல்லில் இருந்து சேசு சபையினர் கிறுத்துவம் போதிக்க வரலாயினர். அப்படி சேசு சபையால் அனுப்பப்பட்டவர்தான் சவேரியார்.

மறைபோதனைக்காக வந்த சவேரியாருக்கு இங்கு வழிபாட்டு தலங்களின் குறைபாட்டையும் பரதவ மக்களின் முந்தைய பெண் தெய்வ வழிபாட்டு முறைகளையும் அறிந்து கொண்டார். ஆகவே அவர்களைக் கிறுத்துவ மதத்தில் முழுமனதாய் ஈடுபடச் செய்ய மாதா கோயில்களை நிறுவுவதுதான் ஒரே வழி என்று புரிந்து கொண்டார். ஒருமுறை மணிலாவில் அவர் பார்த்திருந்த பனிமய மாதாவின் சொரூபத்தை இங்கே அனுப்பி வைக்குமாறு கேட்டுப் பார்த்தார். ஆனால் அவருக்கு அப்போது அது மணிலாவில் இருந்து அனுப்பி வைக்கப் படவில்லை.

சவேரியாரின் மறைவுக்கு பின்.

அழகான வேலைப்பாடுகளோடு கூடிய மரத்திலான அந்த மாதா சொரூபம் மணிலாவில் இருந்து வந்திறங்கியது.

1582, ஆகஸ்ட் 5ஆம் நாள்.

சேசுசபை குருமாரால் இங்கே இரக்கத்தின் மாதா கோவிலாக அது நிறுவப்பட்டது. காலப் போக்கில் இத்திருத்தலமே பனிமயமாதா ஆலயம் என மக்களால் அழைக்கப்படலாயிற்று.

குமரியில் இருந்து மன்னார் வரையிலான கடல்பகுதிகளை இரண்டு பேரரசுகள் ஆட்சி செய்து வந்தனர். குமரியில் இருந்து புன்னைக்காயல் வரை திருவாங்கூர் சமஸ்தானத்தின் மன்னன் உண்ணிக் கேரள வர்மனின் கட்டுப்பாட்டிலும் அங்கிருந்து மன்னார் வரை விஜய நகரப்

பேரரசனின் ஆளுகையிலும் இருந்தது. பரதவர்களால் கிடைக்கும் செல்வத்தை தவிர அவர்கள் இருவருக்கும் வேறு எந்தவித அக்கறையும் அந்தக் கடல்மனிதர்களின் மீது இருந்ததில்லை. விஜய நகரப் பேரரசர் மதுரையைத் தலைமையாகக் கொண்டு தென்தமிழகத்தையே கவனித்து கொள்ளும் பொறுப்பை நாயக்கர்களுக்கு வழங்கி இருந்தது. நாயக்கர்களின் ஆட்சிகாலத்தில் தான் இங்கு பாளையங்கள் உருவெடுத்தன. மதுரை நாயக்கர்களுக்கு இயல்பாகவே கத்தோலிக்கர்களாக மாறிய பரதவர்களின் மீது ஒரு வெறுப்பு கனன்று கொண்டு இருந்தது. அவ்வப்போது படையெடுப்புகளும் செய்து வந்தனர். அப்படி ஒரு படையெடுப்பின் காரணமாய் தூத்துக்குடியிலிருந்து கத்தோலிக்கர்கள் முயல் தீவென்று தற்போது அழைக்கப்பட்டு வரும் ராஜ தீவுக்குத் தங்களோடு பனிமய மாதாவின் சொரூபத்தையும் எடுத்துச் சென்று அங்கு ஆலயம் எழுப்பினர்.

1610-ஆம் ஆண்டு நிலைமை கொஞ்சம் சகஜமாகிய பின் மீண்டும் தூத்துக்குடிக்கு பனிமய மாதாவைக் கொண்டு வந்து கொலுவேற்றினர். இப்படியாக தங்கள் வாழ்வின் இன்பங்களிலும், துன்பங்களிலும் இரண்டறக் கலந்து போன பனிமய மாதாவை தெய்வமாய் மட்டுமின்றி தம் இனத்தின் கௌரவமிக்க அடையாளமாகவும் பரதவர்கள் போற்றி வணங்கி வருகின்றனர்.

அவர்களது கார் லசால் பள்ளி அருகே போக்குவரத்து காவலர்களால் நிறுத்தப்பட்டது. மக்கள் கூட்டம் அதிகமாக இருப்பதால் வாகனங்களுக்கு உள்ளே செல்ல அனுமதி மறுக்கப்பட்டது. கொடியேற்றத்துக்கும் நேரமாகிப் போனதால் வேறு வழியின்றி அவர்கள் நால்வரும் இறங்கி நடக்கத் துவங்கினர். மிகப்பெரும் ஜனத்திரள் அங்கே கோவிலை நோக்கி ஊர்ந்து கொண்டிருந்தது. அவர்கள் நால்வரும் ஒருவர் பின்னால் ஒருவராகவே செல்ல முடிந்தது. சோபியா, ஜொஸி அவர்களுக்குப் பின்னால் ஸ்வீட்டியும், பிரவீனும் என சென்று கொண்டிருந்தார்கள்.

''யாத்தே! பாத்துப்போ''

''என்னக் கூட்டம்''

''ச்சே என்ன இடி இடிக்குதுக''

''எய்யா பிரவீனு எங்க வந்திட்டிருக்க?''

''பாத்து. வாய்யா''

''ஆச்சி. சும்மா தொணதொணன்னு வராம வாங்க. எம்மா அப்படியே அந்தப் பொம்பள பின்னால போவாம அங்க கொஞ்சம் எடங் கெடக்கு பாருங்க.அப்புடி போம்மா'' அவள் தன்னை மறந்தவளாய் திடீரென்று சத்தம் போட்டவள் அடுத்த நொடியே அவன் நினைவு வந்தவுடன் அமைதியானாள்.

அவனது மூச்சுக் காற்று அவள் முதுகில் வந்து மோதியது. அத்துணை ஜனநெரிசலுக்கும், புழுக்கத்திற்கும் மத்தியிலும் அவனது சுவாசம் மட்டும் அவளைத் தென்றலாய் தீண்டியது.

பட்டென்று. அவனைத் திரும்பிப் பார்த்தவள் அவன் கண்களை நேருக்கு நேராய் எதிர்கொண்டாள். மின்னலைப் போன்று அந்த ஒருகணச் சந்திப்பு ஆயிரம் வாட்ஸ் மின்சாரத்தை அவளுக்குள் பாய்ச்சி மயிற் கூச்செறியச் செய்தது. அத்தனை கூட்டத்திலும் அவனும் அவளும் மாத்திரம் தனித்திருப்பதாய் தோன்றியது.

எத்தனையோ நாடுகளில். எத்தனையோ விதப் பெண்களை இத்தனை ஆண்டுகளில் அவன் எதிர்கொண்டிருந்த போதும் வாழ்வின் இந்த ஒரு கணம்.அவளது இந்த ஒரு பார்வை ஏற்படுத்திய தாக்கம், அவன் இதுவரை எதிர் கொண்டிராதது.

ஏழு ஆண்டுகளுக்கு முன்னால். 'அவளை எத்தனை முறை பார்த்திருப்பேன். அவளோடு விளையாடி அடித்து இதைவிட நெருக்கமாய். இன்னும் இயல்பாய் இருந்தபோதெல்லாம் தோன்றாத உணர்வு எப்படி இப்போது? இத்தனை வருடங்கள் தனிமையில் உழன்ற

போதும் அவள் நினைவுகள் பெரிதும் இல்லாது இருந்தும் எப்படி இப்போது? இதுதான் காலத்தின் விந்தையோ? வீரியமோ? எப்படி இவளால் எனக்குள் இத்தனை இலகுவாக நுழைய முடிந்தது? அதுவும் என் அனுமதியின்றி?' என ஏதேதோ எண்ணத் தவிப்புகள் அவனுக்குள் எழுந்து ஆர்ப்பரித்துக் கொண்டிருந்தது.

ஒருவழியாய் அவர்கள் பெல் ஓட்டலை நெருங்கி இருந்தார்கள். இன்னும் கொடிகள் ஏற்றப்பட்டிருக்கவில்லை. ஆதலால் அவர்கள் கொடிமரத்தை நோக்கி பெல் ஓட்டலுக்கு எதிர்புறமாய் நகரத் துவங்கினார்கள். மனிதத் தலைகளால் அந்தப் பெரிய சாலையே நிரம்பி இருந்தது.

பக்தியோடும்,பகட்டோடும் மக்கள் வெள்ளம் அங்கே அன்னையின் கொடியேற்றத்தைக் காண, சுட்டெரிக்கும் வெயிலையும் மீறி காத்துக் கிடந்தார்கள். ஒரு கட்டத்துக்கு மேல் அவர்களால் முன்னால். பின்னால் நகர முடியவில்லை. அங்கு கூடியிருந்த ஆயிரக்கணக்கான கண்களும் உயர்ந்து கொடிமரத்தையே நோக்கிக் கொண்டிருக்க அவனது கண்கள் மட்டும் சற்றே கீழ்நோக்கி அவளது கொடியிடையை நோக்கியபடி தவித்துக் கொண்டிருந்தன. அவளது வலதுபுற இளமஞ்சள் நிற இடையின் மடிப்பில் வெண்ணிற முத்துக்கள் பூத்திருந்தன. பட்டப்பகலில் ஆயிரக்கணக்கான மக்களுக்கு மத்தியில் பலலட்சம் கோடி மைல்களுக்கு அப்பாலிருந்து தன் ஒளிக்கரங்களைக் கொண்டு அந்த வெண்ணிற முத்துக்களை தீண்டிக் களித்துக் கொண்டிருந்தான் ஞாயிறு!!!

கடலில் நங்கூரமிட்டிருந்த கப்பல்கள் சங்கொலி எழுப்ப. கோவில் மணி தொடர்ந்து அடிக்க மேளதாளங்கள் முழங்க. மக்கள் உணர்ச்சிப் பெருக்கில் 'அம்மா தாயே ஏழு கடல் தயாபரியே' என பரவசத்தோடு குரல்கள் எழுப்பியபடி தங்கள் கரங்களைத் தூக்க. ஜொஸியம்மா தன் கண்கள் பனிக்க பனிமய அன்னையின் கொடிகளை நோக்கி தம் கரங்களை உயர்த்தி ''ஆத்தா. தேவமாதா, எம்புள்ளய நல்லபடியா

எங்கிட்ட வந்து சேத்துட்ட. என் வம்சத்தையும் பெருக வச்சு. அத எங்கண்ணாலப் பாத்திட்டு உங்கிட்ட வந்திர்றேன் தாயே'' என மனம் விட்டு கதற.நேர்ச்சை புறாக்கள் வானில் பறக்க பனிமய அன்னையின் கொடிகள் ஏறின. காற்றும் கர்வமாய் கொடியினை வருடத் துவங்கியது!!!

6

கனி ஆச்சி!!!

அவளும் அவளது பிள்ளைகளில் மூத்த மகளையும், இரண்டாவது மகனையும் தவிர மற்றவர்கள் அனைவரும் பெரிய காம்பவுண்டில் அடுத்தடுத்த வீடுகளாய் நான்கு வீடுகளில் வசித்து வருகிறார்கள். ராஜகனியும் அவளது கணவர் ஜான் பர்னாந்தும் கொழும்பிலிருந்து அறுபதுபதுகளின் இறுதியில் 16-ஆம் காம்பவுண்டிற்கு வந்து சேர்ந்தார்கள். அவர்கள் இருவருக்கும் பூர்வீகம் உவரி. உவரியிலிருந்து இரண்டு தலைமுறைகளுக்கு முன்னால் கொழும்பிற்குப் பிழைக்கப் போனவர்கள் அங்கே செல்வச் செழிப்பாக வாழ்ந்துள்ளனர். ஆனால் பௌத்த சிங்கள இனவெறி அறுபதுகளின் இறுதியில் அங்கே வாழ்வாங்கு வாழ்ந்து வந்த இலங்கைத் தமிழருக்கு எதிராக கிளம்பியபோது, பிழைக்க வந்த இடத்தில் பொல்லாப்பு வேண்டாம் என திரும்பிய குடும்பங்களுள் ஒன்று ராஜகனியினுடையது.

கொழும்பிலிருந்து திரும்பும் போதே அவர்களுக்கு இரண்டு ஆண்களும், இரண்டு பெண்களுமாய் நான்கு குழந்தைகள் இருந்தன. 16-ஆம் காம்பவுண்டிற்குக் குடியேறியதை முன்னிட்டு சிறப்புக் கொண்டாட்டமாய் பெண்ணொன்றும், ஆணொன்றுமாய் மேலும் இரண்டு பெற்றுக் கொண்டார்கள். அந்தக் காலகட்டங்களில் ஜோஸியும் அவரது குடும்பத்தாரும் தான் அவளுக்கு உறவுக்கு உறவாய் இருந்தார்கள்.

ஜான் பர்னாந்திற்கு வீடும் மியூசியத்தைப் போலவே எல்லாவற்றிலும் நேர்த்தியோடும் ஒழுங்கோடும் இருக்க வேண்டும். அவர் வீட்டில் இருக்கும் போது வீடு அப்படி ஒரு நிசப்தமாய் இருக்கும். ஆனால் வீட்டின் இயல்பு அதற்கு நேர்மாறானது. நல்ல ‘பாம்பே டையிங்’ மாடலைப் போல அத்தனை டீக்காக சப்பாத்தனிந்தே எப்போதும் வெளியில் செல்வார். காலையில் எழுந்ததும் முதல் பூசைக்குப் போவதில் இருந்து இரவில் மூன்று போட்டுவிட்டு உணவருந்தும் வரை எல்லாம் அவருக்கு அட்டவணைப்படி தான்.

கனி ஆச்சி. எப்போதும் அதிர்ந்தே பேசாத இயல்புக்குரியவள். யாரையும் மரியாதையுடனே அழைக்கும் பண்பும், யாருக்கும் கனிவுடன் இறங்கும் இரக்க குணமுமாய் கனிவான ஆச்சி!!! ஆச்சர்யமான பரத்தி!!! பிரவீன்தன் சிறு பிராயத்தில் அதிகம் வளர்ந்தது அவள் வீட்டில் தான். ஆணானப்பட்ட ஜான் பர்னாந்தே அவனிடம் மட்டும் குழந்தையாகிப் போவார். அவரிடம் நேரடியாகச் சொல்ல வேண்டிய விஷயங்களைக் கூட அவரது பிள்ளைகள் பிரவீன் மூலமாகவே சொல்லி காரியம் சாதித்துக் கொள்வர்.

ஜொஸியும், கனியும் ஆத்ம தோழிகளாய் இருந்தனர். இருவரும் தத்தமது மனச்சுமைகளையும், வீட்டுப் பிரச்சனைகளையும் ஒருவருக்கொருவர் பகிர்ந்து கொண்டு ஆறுதல் தேடிக் கொள்வர். அதுபோலவே பிரவீனின்அம்மா ஜெயாவும் கனிக்கு மூத்த மகளைப் போலவே இருந்து வந்தாள். அவளது பிள்ளைகளும் அவளிடமும் சரி நிக்கோலசிடமும் சரி அக்கா, மச்சான் என்றே உரிமையுடன் பழகி வந்தார்கள்.

‘‘எம்மா. இந்த பிரவீன்கழுத ஒருவழியா திரும்ப வந்திட்டானாம். இங்க வந்தானா பாருங்க. வரட்டும், அவன கவனிச்சுகிர்றேன்’’ என கனியின் இரண்டாவது மகள் பிம்லா தன் தாயிடம் ஆவலாதி சொல்லிக் கொண்டிருக்கும் போதே பிரவீணும், ஜொஸியும் வீட்டுக்குள் நுழைந்தார்கள்.

‘‘என்ன எம்பேச்சுதான் ஓடிட்டு இருக்கு போல?’’ என்றபடியே பிரவீன் உள்ளே சென்றான்.

‘‘வால எரும மாட்டுக் கழுத!!!! நீ வந்தா நேர இங்க வரமாட்ட. பெரிய மனுசனாயிட்ட’’ என்றபடி அவன் தலைமயிரை தன் கைகளால் பிடித்து இரண்டு ஆட்டு ஆட்டிவிட்டு அவனது கன்னத்தில் ஓங்கி செல்லமாய் அடித்தாள் பிம்லா.

‘‘ஏய்!!! வந்ததும் வராத்துமாய் புள்ளய போட்டு அடிச்சிக்கிட்டு. எவ்ளோ பெரிய புள்ளயா வளந்திட்டாரு. நீ இன்னும் கழுத அது இதுன்னு பேசிகிட்டு’’ என தன் மகளைக் கோபித்துக் கொண்டாள் கனியாச்சி.

‘‘நான் வளத்த பய நாளக்கே இவனுக்கு கல்யாணோம் ஆச்சுனாலும் இவன் பொண்டாட்டி முன்னாலையே இவன இப்படித்தான் அடிப்பேன்’’

‘‘ஆமோ. எம்மா நீங்க அடிக்கிறத வர்ற புள்ள பாத்திட்டு நிக்குமாக்கும். நெனச்சுக்க வேண்டியதுதான்’’ - ஜொஸி.

‘‘ரொம்ப நாள் கழிச்சு வந்தா. எப்படி இருக்க? நல்லா இருக்கியா?ன்னு நாலு வார்த்த கேப்பீகன்னு பாத்தா. ஐய்யய்யோ. இந்தப் பாடு படுத்துறீக?’’ -பிரவீன்

‘‘பாத்தாலே தெரியல நல்லா. தடிமாடு மாறி வளந்திருக்கன்னு. இதுல ஐயாவ குசலம் வேற விசாரிக்கனுமாக்கும்.’’

‘‘இவ ஒருத்தி. சும்மா கெடக்க மாட்டா. வாங்க பிரவீன். இப்படி உக்காருங்க. ஏ! புள்ள. அவருக்கும் ஜொஸி அக்காவுக்கும் குடிக்க ஏதாவது கொண்டுவா’’

‘‘எல என்ன வேணும் ஜூஸா. காபியா?’’

‘‘அதெல்லாம் ஒண்ணும் வேண்டாம். மத்தியானம் சாப்பிட்டதே இன்னும் செமிக்கல. நீங்க வேற’’

''என்னல ஒங்க ஜோசப் மாமா வீட்ல செம கவனிப்போ? ஒங். ஆளு என்ன சொல்றா?''

''எம்மா தாயே உங்ககிட்ட நான் எந்த வம்புக்கும் வரல. உள்ள போயி ஐஸெப் போட்டுக் கொண்டு வாங்க''

''பயலுக்கு அந்தப் புள்ளய பத்தி சொன்ன உடனே வெக்கத்தப் பாருங்க?''

''போ புள்ள. புள்ளயப் போட்டு நோண்டிக்கிட்டு''

''எல. எப்ப வந்த?'' - இது கனியாச்சியின் கடைசி மகள் சூட்டி.

''கழுத. காலையிலையே வந்திருச்சு. ஆனா இப்பதான் இங்க வர்றதுக்கு வழி தெரிஞ்சிருக்கு'' பிம்லா கிச்சனுக்குள் இருந்தபடியே குரல் கொடுத்தாள்.

''நீங்க இன்னும் ஐஸ் போடலையா?'' பிரவீண்.

''எல என்னல ஜாமான் வாங்கிட்டு வந்த எங்களுக்கு?''

''அரைகிலோ தங்கமும். ஒரு கிலோ வைரமும் வாங்கிட்டு வந்திருக்கான்''

''ஏய்!! என்ன புள்ளைய போட்டு ஆளாளுக்கு பாடா படுத்திக் கிட்டு. எட்டு வருஷம் கழிச்சு அவரு நமக்கு புள்ளையா வந்திருக்காரே, அதவிட வேற என்ன நமக்கு வேணும்?'' கனியாச்சி

''அதச் சொல்லு கனிம்மா மொதல்ல. எனக்கு என்னம்மா இருக்கு வாழ்க்கைல இவன விட்டா... இவன் வந்ததே ஜீவன் திரும்பி வந்த மாறி இருக்கு'' என கண்ணைக் கசக்கினாள் ஜொஸி.

''ஜொஸி அக்கா. நீங்க என்ன? அதான் புள்ள நல்ல படியா வந்திட்டாரில்லையா. இனிமே ஒருகால் கட்ட போட்டுட்டா எல்லாம் சரியாயிரும்''

''இனும போறன்னா. யார் விடுறா இவன?'' சூட்டி.

‘‘நீங்க அக்காமரெல்லாம் புடிச்சு நல்ல புத்தி சொல்லி இவன ஒருவழி பண்ணுங்ககிறதுக்கு தான உங்ககிட்ட இழுத்திட்டு வந்திருக்கேன்’’ என்றாள் ஜொஸி.

‘‘ஏ!!! புள்ள சூட்டி. அவ பேச்செடுத்தாலே இவன் வழியுறான். இவனா அவள இழுத்திட்டு போகாம இருந்தாலே பெருசு. இதுல நாம வேற சொல்லனுமாக்கும்?’’ என மீண்டும் கிண்டினாள் பிம்லா.

‘‘எல. பிரவீனு. பிம்லா புல்பார்மல இருக்காடா நீ வாயகீய குடுத்துறாத’’ சூட்டி.

‘‘நானும் வந்ததுல இருந்து பாக்குறன் என்னைய வாரிக்கிட்டு இருக்காக. பாத்துகிர்றேன்’’

கனியாச்சியின் மற்ற பிள்ளைகளும் மருமக்களும் ஒவ்வொருவராய் வரத் துவங்கினர். அங்கு ஒரு நீண்ட நேரக் கச்சேரியே பிரவீனை மையமாய் வைத்து அரங்கேறத் துவங்கியது. நேரம் போவதே தெரியாமல் பேசிக் கொண்டே இருந்தார்கள். மணி சரியாக ஏழைக் கடந்ததும் ஜான் தாத்தா தனது கடையை மூடிவிட்டு வீடு திரும்பினார். அவர் வலைகள்,போயா போன்ற கடல் சம்பந்தமான பொருட்களை மொத்தமாக விற்கும் கடை ஒன்றை ‘‘பர்னாண்டோ ஸ்டோர்ஸ்’’ என்ற பெயரில் வைத்திருந்தார்.

அவர் வந்ததும் ஆர்பாட்டங்கள் குறைய ஆரம்பித்தது.

‘‘வாங்க. பிரவீன். எப்படிய்யா இருக்கீங்க? ஹவ் எ லாங் டிரிப் அங்?’’

‘‘கிரேட் தாத்தா. நீங்க எப்படி இருக்கீங்க?’’

‘துர இங்கிலீஸ்லாம் பேசுது’ என பிம்லா தன் தங்கையிடம் கிசுகிசுத்தாள்.

‘‘ஆல்வேஸ் பைன் யங் மேன். சாப்டீங்களாய்யா? ஏய்! கனி. பிரவீன் சாப்டாரா?’’

''புள்ளங்க பேசிக் கிட்டிருந்திச்சு''

''சாப்பாட்ட எடுக்க வேண்டியதுதான''

''இல்ல தாத்தா. எனக்கு சாப்பிட நேரம் ஆகும்''

''ஓ!!! மத்தது சாப்பிடுவீங்களாய்யா?''

''அப்படி இல்ல தாத்தா''

''அதுல ஒண்ணுமில்ல. பட் யூ ஷுட் பி கேர்புல் இன்வாட் யு ஆர் ஹெவிங். ஈவன் டூமச் ஆப் மெடிசன் பிகம்ஸ் பாய்சன். அம் ஐ ரைட்யா?''

''ஐ டூ அக்ரி தாத்தா. பட் ஐம் எ சோஷியல் டிரிங்கர்''

''தென் இட்ஸ் வெல் அண்ட் பைன்''

அவர் தன் ஆடைகளைக் களைய அறைக்குள் சென்றதும் மெல்ல மெல்ல அவரவர் தத்தமது வீடுகளுக்குக் கிளம்பினர். பிரவீனும், ஜொஸியும் மீண்டும் நாளை வருவதாய் சொல்லி விடை பெற்றுக் கிளம்பினர்.

ஏழு வருடத்து கதைகளையும் ஒற்றை நாளில் அவனோடு பேசி தீர்த்துவிட வேண்டும் என்ற வேட்கை ஜொஸிக்கு இருந்தது. மீண்டும் இளமை திரும்பியதைப் போல் அத்தனை உற்சாகமாய் இருந்தாள். தனது இத்தனை ஆண்டுகளின் தனிமை, அவனது வருகையால் மீட்டெடுக்கப்பட்டதாகவே உணர்ந்தாள். மருமகள் சோபியாவிற்கு அவ்வப்போது கட்டளைகள் பிறப்பித்தும், பேத்தி ஸ்வீட்டியை வாரிக்கொண்டும், அக்கம்பக்கத்து வீடுகளிலெல்லாம் பெருமை பேசிக்கொண்டும். அன்று முழுக்க பரபரப்பாகவே காணப்பட்டாள்.

''பேரன் வந்திட்டான்னு என்ன ஆட்டம் போடுது கெழவி'' அவ்வப்போது தனது மகளிடம் கிசுகிசுப்பாய் சோபியா.

''சும்மா கெடக்க முடியாம என்னய வேற நோண்டிட்டுத் திரியுது. என்ட்ட. தனியா சிக்காமையா போவும்? அப்ப வச்சுக்கிர்றேன்'' ஸ்வீட்டி

‘‘ஆத்தாடி. ஜொஸியம்மேக்கு வந்த திடீர் பவுசப் பாரேன்’’ அக்கம்பக்கத்தார்.

ஸ்வீட்டி அன்று ஒருவித பரபரப்போடவே திரிந்தாள். ஓராயிரம் முறையாவது அன்று முகக்கண்ணாடியில் தன் முகம் பார்த்திருப்பாள். அவ்வப்போது கடலை மாவு தேய்த்து முகத்தையும் கழுவிக்கொண்டு அலைந்தாள். அவன் பார்வையிலே இருக்கும்படியே தன்னை வைத்துக் கொண்டாள். அவளது வாழ்வில் அன்றைய தினம் மறக்க முடியாத ஒன்றாய் மாறச் செய்வதில் அத்தனை பிரயாசப் பட்டுக்கொண்டாள். கொஞ்சம் கொஞ்சமாய் அவளும் பிரவீனுடன் சகஜமாய் பேசத் துவங்கியிருந்தாள்.

‘‘ஏக்கி ஒருநாளக்கி எத்தன தடவ தான் மொகரையக் கழுவுவ’’ சோபியா.

‘‘............’’ ஜோசப்.

ஆம்! அவருக்கு மகளின் எண்ணங்கள் புரியவே செய்தது. அவருக்கும் அதில் உள்ளூர விருப்பம் தான். ‘இருந்தாலும் யார் யார்க்கு எங்கெங்கே விதிக்கப்பட்டுள்ளதோ..?’ என்றும் அடிக்கடி தனக்குள் சொல்லிக் கொள்வார். ஜோசப்பும் சோபியாவும் காதலித்துதான் கரம் பிடித்தார்கள். இருவருக்கும் இடையே சாதிமத வேற்றுமைகள் இல்லையென்றாலும் பிரச்சனைகள் இல்லாமல் இல்லை.

சோபியாவின் குடும்பம் மணல்தெருவில் அப்போது வசித்தது. ஜோசப்பின் குடும்பத்தை வைத்துப் பார்த்தால் சோபியாவின் குடும்பத்தில் இன்னும் வறுமை அதிகம் தான். சோபியாவின் தந்தை மிக்கேல் பர்னாந்து ஒரு அச்சகத்தில் வேலை பார்த்து வந்தார். அந்த ஒற்றை வருமானத்தில் நான்கு பிள்ளைகளையும் வளர்க்க வேண்டிய சூழல். சோபியாவின் அம்மா மடோனா நிஜமாகவே சாமர்த்தியசாலிதான். அந்த சின்ன வருமானத்திலும் அவளால் சிக்கனமாய் வாழ முடிந்தது. ஒருபோதும் தன் கணவன் மிக்கேல்

பர்னாந்தை அவள் அதற்காக நொந்து கொண்டதில்லை. சோபியா வீட்டில் இரண்டாவது பிள்ளை. அவளுக்கு ஒரு அண்ணனும், தம்பியும், தங்கையும் இருந்தனர். சோபியா நல்ல நிறம். சிறுவயதில் அவளைப் பார்ப்பதற்கென்று அந்தப் பக்கத்தில் ஒரு கூட்டம் எப்போதும் கூடுவதுண்டு. ஜோசப்பின் ஷிப்பிங் கம்பெனி அலுவலகம் அப்போது மணல்தெருவில் உள்ள சிறிய வீட்டில்தான் இருந்தது. அவனது அலுவலகத்திற்கு அடுத்தாற்போல் இருந்த சின்ன சந்து ஒன்றில் தான் சோபியாவின் வீடும் இருந்தது.

சோபியாவின் வீட்டில் பெரிதாக காதலுக்கு எதிர்ப்பில்லை. ஆனால் ஜோசப்பின் வீட்டில் அவனது அம்மா ஜொஸிதான். பொங்கி எழுந்து போர்க்கோலம் பூண்டுவிட்டாள். அது சூசைப்பர்னாந்து மனநலம் தேறி மீண்டும் கப்பலுக்குச் சென்றிருந்த நேரம். ஒருவழியாய் ஜெயாவும் அவளது கணவர் நிக்கோலஸும் சேர்ந்து அவனுக்கும் சோபியாவிற்கும் திருமணம் செய்து வைத்தனர். தானே காதலித்து கல்யாணம் செய்து கொண்டதால் அவர் தன் மகள் ஸ்வீட்டி விஷயத்திலும் தனது எண்ணங்களைத் திணிக்க விரும்பியதில்லை. ஆனால் தற்போது அவள் தன் மருமகன் பிரவீனை விரும்புகிறாள் எனப் புரிந்து கொண்டதும் அவருக்கும் உள்ளூர பெருமகிழ்ச்சி தான்.

தொடர் மரணங்களாலும், பிரவீனின் நெடும் பிரிவினாலும் களையிழந்து போயிருந்த குடும்பத்திற்கு அன்று அவனது வருகையால் கொண்டாட்டமும் கும்மாளமுமாய் கழிந்தது. பிரவீனும் தனது வைராக்கியத்தால் இத்தனை நாட்கள் தான் எத்தனை விஷயங்களை இழந்துள்ளோம் என எண்ணிக் கொண்டான்.

7

2010 ஜூலை 27...

மறுநாள். ஸ்வீட்டி கல்லூரியில் தோழி ரொமிளாவிடம் முழுக்க முழுக்க தன் மச்சான் புராணத்தையே பாடிக் கொண்டிருந்தாள்.

''ஏம்ப எங்க மச்சான் ஒருவழியா நேத்து வீடு வந்து சேந்திட்டாப்ல''

''யாரு நீ அடிக்கடி சொல்லுவியே, உங்க பிரவீன் மச்சானா?''

''ஆமயே. ரொம்ப நாள் கடல்ல கடந்து வந்ததுனால நேத்து எங்க வீடே கள கட்டிப் போச்சுன்னா பாத்துக்கோயேன். ஆளு கறுப்பா இருந்தாலும் நல்ல களையா நடிகரு விசாலு கணக்கா வெறப்பா தான் இருக்காப்ல''

''ஓஹோ. அப்புடி போவுதா உங்கத''

''இன்னக்கு நேத்தா எங்க மச்சானப் பத்தி உங்கிட்ட பேசுறேன். நான் அவருக்குதான்னு எங்க குடும்பமே முடிவு பண்ணிருச்சு''

''அதெல்லாம் சரிதான். உனக்கு உங்க மச்சான் என்ன வாங்கிட்டு வந்தாப்ல?''

''அதாம்ய பாத்துக்க என் நெனப்பே இல்லாம தான் இங்க வந்து இறங்குனாப்ல. நம்மள பாத்தவுடனே புள்ளயர்க்கு வேற நெனப்பே இல்லாம மாத்தியாச்சுல்ல''

''அப்ப ஒண்ணுமே வாங்கிட்டு வரலன்னு சொல்லு''

"இவ ஒருத்தி மனுசி கொஞ்சம் சந்தோசமா இருக்க கூடாதே. பொத்துகிட்டு வந்திருமே"

"ஏம்ப சடக்குன்னு இப்புடி பேசுற? நான் சும்மா விளாட்டுக்கு தான உன்னய கிண்டல் பண்ணுனேன்"

சட்டென்று தன் தவறை உணர்ந்தவளாய் ஸ்வீட்டி "சாரி யே... நானும் படக்குனு உன்னய அப்புடி பேசி இருக்கக் கூடாது"

"சரி!!! அத விடு... வேற என்ன ஆச்சு?"

"எப்பவும் என்னைய ஒருமாறியே பாக்குறாப்லயே"

"ஒருமாறியேன்னா?"

"பச்சப் பாப்பா. எல்லாம் வெளக்கமா சொன்னாத்தான் வெளங்குமாக்கும்.? இன்னக்கு காலேஜுக்கு வர எனக்குப் பிடிக்கவேயில்ல. அங்க எல்லாம் ஜாலியா இருப்பாக. நாமட்டும் இங்க கெடக்கேன்"

அவளது எண்ணம் முழுவதுமாய் பிரவீணே நிரம்பி இருந்தான். அவனைப் பற்றி பேசாமல் அன்று முழுக்க அரைநொடிக் கூட அவளால் இருக்க முடியவில்லை. பாவம் அவளது தோழி ரொமிளாவின் நிலைமை தான்.

ஸ்வீட்டியும், ரொமிளாவும் பள்ளிக் காலம் தொட்டே நல்ல தோழிகள். இருவரும் அத்தனை ஆத்மார்த்தமாய் இருப்பார்கள். ஸ்வீட்டி தன் எந்த ரகசியங்களையும் தன் தோழியிடமிருந்து மறைத்ததில்லை. ஸ்வீட்டி எப்போதும் தன் மனதில் உள்ளதை படபடவென்று கொட்டி விட்டே யோசிப்பாள். ஆனால் ரொமிளா அப்படி அல்ல. வயதுக்கு மீறிய நிதானமும் பக்குவமும் அவளிடம் உண்டு. எப்போதும் அவள் தான் ஸ்வீட்டிக்கு அவள் செய்யும் காரியங்களில் உள்ள சாதக பாதகங்களைப் பிரித்து எடுத்து விளக்கமளிப்பாள்.

ரொமிளாவின் வீடு அந்தோணியார் கோயில் தெருவில் இருந்தது. அவளது குடும்பம் மிகவும் வறுமையானது. அவளது தாய் சேசம்மா ஆப்பம் சுட்டும் வீட்டு வேலைகள் பார்த்துமே குடும்பத்தை நடத்தி வந்தாள். அவளுக்கு ஒரு தம்பியும் உண்டு. அவன் ஸ்டீபன். பத்தாம் வகுப்பு படித்துக் கொண்டிருந்தான். அவர்களது தந்தை ரூபன் ஒரு பெருங்குடிகாரன். எந்த வேலைக்கும் போகாமல் வீட்டில் உள்ள பொருட்களைத் திருடி விற்றுக் கொண்டும், மனைவி பிள்ளைகளை அடித்துக் கொண்டுமே எப்போதும் திரிவான். சேசம்மா வேண்டாத தெய்வமில்லை. போகாத கோயிலில்லை.

ஒரு வருடத்துக்கு முன்னால் ஸ்வீட்டியின் பாட்டி ஜொஸியின் அறிவுறுத்தலின் பேரில் அவனைக் குடியை மறக்க செய்ய மறுவாழ்வு மையத்திற்கு அழைத்துச் சென்றாள். அங்கே ஒருவழியாய் தேற்றி உருட்டி அவனுக்கு சில மாத்திரைகளையும் பரிந்துரைத்து புத்திமதிகளையும் சொல்லி அனுப்பி வைத்தார்கள். ஒருமாத காலம் வரை மருந்து மாத்திரைகளை சாப்பிட்டுக் கொண்டு கொஞ்சம் குடியைக் குறைத்திருந்தான். எல்லாம் சரியாகிவிட்டது என சேசம்மாவின் மனதில் கொஞ்சம் நம்பிக்கை துளிர்விடத் துவங்கியதும் தான் தாமதம். கொஞ்சம் கொஞ்சமாய் மாத்திரைகள் சாப்பிடுவதை நிறுத்துவிட்டு மீண்டும் குடிக்க ஆரம்பித்துவிட்டான் ரூபன். ஏனென்றால் அந்த மாத்திரை சாப்பிட்டுவிட்டால் அவனால் குடிக்க முடியவில்லை. இதை அறிந்து கொண்ட சேசம்மா அவனுக்கே தெரியாமல் அவனது சாப்பாட்டில் கலந்து மாத்திரையைக் கொடுக்கத் தொடங்கினாள்.

ஒருநாள் குடித்துவிட்டு தொடர்ந்து இரத்த வாந்தியெடுத்தவன் தான்.சேசம்மா பதறி அடித்துக் கொண்டு அவனை ஆஸ்பத்தரிக்குக் கொண்டு போகும் வழியிலேயே அவனது உயிர் போயிருந்தது. வீட்டின் நிலை, தந்தையின் திடீர் மரணம். தம்பியின் படிப்பு என எல்லாமும் சேர்ந்து அவளைப் பக்குவப் படுத்தி இருந்தது.

பிரவீன்தன் வீட்டில் ஜொஸியம்மாவோடு கதைத்துக் கொண்டிருந்த போது.

''பிரவீன். பிரவீன்.'' என வாசலில் ஏதோ பழக்கப்பட்ட குரல் அவனை அழைத்தது. வெளியில் சென்று பார்க்க சாம், ராஜா, ரீகன் மூவரும் நின்று கொண்டிருந்தனர்.

சாமின் வீடு. முன்பு பெரிய காம்பவுண்டில் இருந்தது. தற்போது சின்னக் காம்பவுண்டிற்கு எதிர்த்தாற்போல் அவர்களுக்கு இருந்த இடத்தில் அரண்மனை போன்று வீடு கட்டி இருக்கிறார்கள். அவனது தந்தை டேவிட் பெரிய மில் அதிபர். அவரது தம்பி ஜான்சனும் அவரும் அடுத்தடுத்த வீடுகளில் பெரிய காம்பவுண்டில் இருந்தனர். நாடார் சமூகத்தைச் சார்ந்த சி.எஸ்.ஐ கிறுத்தவர்கள். அவர்தான் அந்த காம்பவுண்டிற்கே ஒருவகையில் பாதுகாவலர் போலிருந்தார். ஆள் பலமும் பணபலமும் நிறைந்த மனிதர். ஆனால் சக காம்பவுண்ட் வாசிகளிடம் அத்தனை அன்பாய்ப் பழகும் இயல்புடையவர். காம்பவுண்டில் யாருக்கு என்ன உதவி வேண்டுமென்றாலும் முன்னால் நிற்பவர். முழங்கைக்கும் மேல் மடித்து விடப்பட்ட முழுக்கை சட்டையும் அதைத் துருத்திக் கொண்டு வெளியே தெரியும் தடித்த மைனர் செயினும், பாலிஸ்டர் வேட்டியுமாய் அவரது கம்பீரமான பிம்பத்திற்கு நேர்மாறானது சாமினுடையது. சாந்த சொரூபி. சிகிரெட் மது என்று எந்தப் பழக்கமும் இல்லாத அமுல் பேபி.எந்தவிதத்திலும் படோடோபங்களை வெளிப்படுத்தாத எளிமை யாருக்கும் பிடித்து போகும். தன் தந்தையின் மில் தொழிலைத்தான் அவனும் கவனித்து வந்தான்.

ரீகன் வீடு பெரிய காம்பவுண்டில் இருக்கிறது. எம்.சி.ஏ. முடித்துவிட்டு ஒரு தனியார் நிறுவனத்தில் பிரவீனை சந்திக்கும் மூன்று நாட்களுக்கு முன்புவரை வேலை பார்த்துக் கொண்டிருந்தான். அவனது தந்தை அந்தோணியார் கோயிலுக்கு எதிர்த்தாற்போல்

டூவீலர் ஒர்க்ஸ் வைத்திருக்கிறார். இரண்டு நாட்களாய் குட்டி போட்ட பூனையாய் கடைக்கும் வீட்டுக்குமாய் அலைந்து வருகிறான்.

ராஜாவின் வீடு சின்னக் காம்பவுண்டில் பிரவீன் வீட்டுக்கு எதிர் வரிசையில் தான் இருக்கிறது. மிகவும் வறுமையான குடும்பம். அவனது அப்பாவிற்கு பழைய பொருட்களை வாங்கி கைமாற்றி விடுவதே தொழில். பிரவீணைவிட ராஜா இரண்டு வயது மூத்தவன். சிங்கப்பூரில் வேலை கிடைத்து சென்றவன் லீவுக்கு ஊர் திரும்பியிருக்கிறான். அவனது அக்காவின் பெயர் லட்சுமி. முதிற் கன்னியானவளுக்கு வறுமையின் காரணமாய் முதலில் வரன்கள் அமையவில்லை... தற்போது வயது அவளுக்கு பெரும் தடையாய் மாறியிருக்கிறது.

ராஜாவின் மொத்த குடும்பமும் அந்த ஒற்றை அறை வீட்டில்தான் வசித்து வருகிறார்கள். அந்த அறையில் சின்ன தடுப்பெடுத்து சமையலறையாக மாற்றிக் கொண்டனர். மொத்த வீட்டுக்கான வெளிச்சமும் ஒற்றை ஜன்னல் மூலமாய் தான். அந்த ஜன்னலை ஒட்டி ஒரு கட்டில் போட்டிருப்பார்கள். அந்தக் கட்டில் போட்டது போக மீதி இடத்தில் இருவர் கட்டிலுக்கு அடியில் கால் நீட்டியபடி படுத்துக் கொள்ளலாம். பெரும்பாலும் அந்த ஜன்னல் பூட்டியே இருக்கும். சில நேரங்களில் அந்த ஜன்னல் திறந்திருந்தால் ராஜாவின் அக்கா கட்டிலில் அமர்ந்து ஜன்னலுக்கு வெளியே வெறித்துப் பார்த்தபடி ஏதோ சிந்தனையில் அமர்ந்திருப்பாள். அதுதான் அவளது வடிகால்.

‘‘எல மாப்ள. எப்ப வந்த?’’ சாம்.

‘‘நேத்துதான் வந்தன் மாப்ள’’

‘‘வந்தா வீட்டுக்கு வரமாட்டியோல. மயிறு எயித்த வீட்ட எட்டி பாக்கக்கூட முடியலயோ?’’ ராஜா.

‘‘எல நேத்து கனி ஆச்சிவீடு, விமலாத்தா புள்ளங்க வீட்டுக்கு,ஏன் ரீகன் வீட்டுக்குலாம் சாயிந்தரம் போனேன். உங்க அம்மாவையும்

அக்காவையும் கூட பாத்து பேசுனன். நீங்க எவனும் வீட்ல இல்ல நான் என்ன பண்ணடே?''

''நீ வுடு மாப்ள. எல்லாம் நேத்து மத்தியானமே டைட்டாயி. நம்ம சாமி வீட்ல அவன் பொண்டாட்டி வேற

ஊ ருக்குப் போயிருக்கா. அங்கனையே படுத்தாச்சு. பெறவு எங்க நீ எங்கள பாக்க'' ரீகன்.

''எல சாமிக்கு கல்யாணம் ஆயிடுச்சால? அவனுக்கு எவம்ல பொண்ணு குடுத்தான்?''

''மாப்ள நீ பேசுனத சாமி கேட்டாம்னு வையி அவன் நாண்டிகிட்டு செத்திருவாம்ல'' ரீகன்.

''சரி! கெளம்பி வால வெளிய போவோம். வீட்டுக்குள்ளே கெடந்து முட்ட போடப் போறியோ?'' ராஜா ''இரு நான் கிளம்பி வந்திர்றேன்'' என்றபடி பிரவீன் உள்ளே வீட்டுக்குள் செல்லவும்

''இங்க எவம்ல முட்டையும், கொட்டையும் போடப் போறது?'' என்றபடியே ஜொஸி ஆச்சி வெளியே வந்தாள். ''எல படுக்காலி பய மாருலாம் சோலிக்கு போகாம காலையிலேயே எங்க கெளிம்பிட்டீக?''

''ஆங். உங்க பேரனுக்குப் பொண்ணு பாக்க போறாம் வாரீகளா?'' ரீகன்.

''அது எவம்ல எம் பேரனுக்குப் பொண்ணு பாக்குறவரு. நாங்கதான் இங்க லட்டு மாறி பொண்ணு வச்சிருக்கோம்ல. ஏழு கழுத வயசாயி இன்னும் மொட்டையாத் திரியிறியரே, உமக்குப் போய் பொண்ணு பாரும்'' பதிலுக்கு அவளும் ரீகனை வாரினாள்.

''எல இது தேவையா ஒனக்கு. சும்மா கெடக்க மாட்டியோ. ஆச்சி நீங்க மெல்ல உள்ள போங்க. நாங்க இங்க பக்கத்தில போயிட்டு உடனே வந்திர்றோம்''

‘‘எய்யா டேவிட் மவன் சாம் தான நீ? அப்பா எப்படி இருக்காப்ல? பக்கத்துல தான் வீடுனாலும் எட்டிக் கூட பாக்க முடியல. தங்கச்சி நல்லா இருக்காளா? அம்மாவ கேட்டதாச் சொல்லுயா’’

‘‘சரி ஆச்சி’’

அவர்கள் ஆச்சியோடு வம்பளந்துக் கொண்டிருக்கையிலேயே பிரவீன் வேகமாய்க் கிளம்பி ‘‘என்ன போவோமா?’’ என்றபடி வந்தான். ‘‘சரி ஆச்சி இப்ப வந்திர்றேன்’’ என்றபடி அவன் நண்பர்களோடு கிளம்பிப் போனான்.

அவர்கள் வழக்கமாய் அற்றை நாளில் கூடும் இடமான மோகன் அண்ணன் கடைக்குச் சென்றார்கள். அது 16-ஆம் காம்பவுண்டில் இருந்து இரண்டு தெரு தள்ளி கீழச்சண்முகபுரத்துக்குப் போகும் வழியில் ஒரு சின்ன சந்தில் மறைவாய் இருக்கும் பெட்டிக்கடை.

‘‘எவ்வளவு நாளாச்சு இங்கெல்லாம் வந்து. மோகன்ணே எப்படி இருக்கீங்க? என்னய ஞாபகமிருக்கா?’’

‘‘ஜோசப்பண்ணே மருமவன் பிரவீண்தானே? எப்ப தம்பி வந்தீங்க?’’

‘‘நேத்துதாம்னே’’

‘‘விட்டா இவுரு பேசிகிட்டே இருப்பாரு மூணு கிங்ஸ் தாங்க மொதல்ல’’ ரீகன்.

‘‘எல இவன் இன்னும் சிகிரெட்கூட அடிக்க பழகலியா?’’ பிரவீன் சாமை சுட்டிக்காட்டிக் கேட்டான்.

‘‘இன்னும் அம்மாஞ்சியாவே திரியிறாம்ல. அவன் உதட்டப் பாரு நல்ல பிகரு உதடு கணக்கா செக்க செவேல்னு இருக்கு’’ ராஜா.

‘‘இப்பெல்லாம் எவ உதடுல செவப்பா இருக்கு. எல்லாப் பயவுள்ளையலும் கண்ட சாயத்தியும் தடவியில்ல உதட்ட செகப்பா வச்சிருக்காள்வ’’ சாம்.

‘‘பேசுறதெல்லாம் வக்கணையா பேசு. கம்ப சுத்த சொன்னா மட்டும் கண்ணக் குத்தி வுட்டுரு’’ ரீகன்.

மூவரும் சிரித்தபடியே சிகிரெட்டைப் பற்ற வைத்துக் கொண்டார்கள்.

‘‘எல வெளிநாட்டுக் கெல்லாம் போயிட்டு வந்திருக்க. சரக்கு என்ன வாங்கிட்டு வந்த?’’ ரீகன்.

‘‘நானே எங்க ஆச்சி நச்சரிப்பு தாங்க முடியாம வந்தேன். வர்ற அவசரத்துல வீட்டுக்கே ஒண்ணும் வாங்காம வந்திட்டேன். இதுல சரக்கு வேறையா?’’

‘‘எல பார்ட்டிலாம் கெடையாதா? கவலையாக ராஜா’’

‘‘பார்ட்டி குடுக்கலன்னா இவன விட்டுருவோமா?’’ சாம்

‘‘மயிரு. நீ அடிப்பனா சொல்லுல இப்பவே போவோம்’’

‘‘தண்ணி அடிச்சாத்தான் பார்ட்டியா? சரக்கு அடிக்கிறவனுக்கு சரக்கு பார்ட்டி. எனக்கு சைட் டிஷ் பார்ட்டி’’

‘‘இதெல்லாம் ஒரு பொழப்பால?’’ எனக் கிண்டலாய் சிரித்தான் பிரவீண்.

‘‘ஏழு வருசமாச்சு. எப்படில்ல கெடந்த கடல்ல, மக்க மனுச நெனப்பு இல்லாம?’’ ரீகன்.

‘‘நல்லா வெள்ளக்காரிக கிட்ட இவன் கொடியேத்திட்டு திரிஞ்சிருப்பான். அதான் பயவுல்ல ஊரு நெனப்பே இல்லாம கெடந்திட்டான்’’

‘‘தாயோலி. ஊருல எல்லாரும் ஒண்ண மாதிரி கைல புடிச்சிட்டு திரியிறானுவன்னு நெனச்சிக்கிட்டியோல. அவனவன் நொந்து போய் வந்திருக்காம்... இதுல ஓழு ஒரு கேடா?’’

‘‘சக்கரப் பானக்குள்ள கைய வுட்டிட்டு விரல நக்கலன்னா எப்படி மாப்ள?’’ என மீண்டும் அவனைச் சீண்டினான் ராஜா.

‘‘வா வான்னு அவுத்துப் போட்டிட்டு நிப்பாள்வன்னு நெனச்சியோ?’’

‘‘அதான் போர்டுக்குள்ளயே கெடக்குமாம்ல? நம்ம கட்டயன் இளங்கோ. தைலி ஒழுங்கா புடிச்சு மொளத் தெரியாத பய அவம்லாம் ஒருத்திய அவன் கேபின்லயே பொண்டாட்டி மாறி வச்சிருந்தாம்னு சொன்னான். நீ என்னடான்னா’’ என விடாப்பிடியாய் நின்றான் ராஜா.

‘‘எல ஒரு சில போர்ட்ல எதாவது எங்ககிட்ட வெளிநாட்டு சரக்கு, சாமான் கெடக்கும்னு வருவாள்வ. பாவம்ல அதுகளுக்கு எதையாவது குடுத்தா அவளுவ பாட்டுக்கு வாங்கிட்டு போயிறுவாள்வ. நம்ம இந்த சோலிக்கா போனோம்?’’

‘‘அதான் எதையாவது குடுத்தியான்னு கேக்கம்’’ ராஜா.

‘‘பொழுதன்னைக்கும் இதே நெனப்போட திரியிறதுக்கு பதிலா கல்யாணம் கில்யாணம் பண்ணித் தொலையலாம்ல. எட்டாம் கிளாஸ்ல செக்ஸ்புக் படிக்க ஆரம்பிச்ச. இன்னும் செக்ஸ் கத கேக்குற ஆச அடங்காம அலையுற பாரு. இந்த ஆர்வமும், அரிப்பும் தாம்ல உன்னய வாழ்கையில எங்கயோ கொண்டு போகப் போவுது. பாரேன்’’ எனச் செல்ல சாபம் விட்டான் பிரவீன்.

பதிலுக்கு ராஜாவும் ‘‘ஆமோல நான் எட்டாங் கிளாஸ் படிக்கும் போது செக்ஸ் புக்கு படிச்சேன். அப்ப நீங்க எல்லாம் விஞ்ஞான ஆராய்ச்சியா பண்ணிட்டு கெடந்தீக? ஸ்கூலுக்குப் போகாம காலங்காத்தால பதினோரு மணிக்கு கார்னேஷன் தியேட்டரில செக்ஸு படத்துக்கு நாக்க தொங்கப் போட்டுகிட்டு போனவன் தானல நீயி?’’

‘‘ச்சே அந்த நாள்லாம் மறக்க முடியுமால? வீட்டுக்குப் பக்கதுலயே தியேட்டரு. எந்நேரமும் அங்கிட்டும் இங்கிட்டும் நம்ம காம்பவுண்ட் ஆளுக போயி வர்ற எடம். காலங்காத்தால ஸ்கூலுக்குப் போவாம

இங்க மோகன்ண கடையில சட்டைய மாத்திக்கிட்டு பட்டப்பகல்ல செக்ஸு படத்துக்குப் போனதெல்லாம் ஒரு குருட்டு தைரியந்தான் என்னல?'' என்றபடி பிரவீன் பழைய நினைவுகளில் மூழ்கிப் போனான்.

''ஒருதடவ ஞாபகமிருக்கா ஒனக்கு.? நம்ம காம்பவுண்ட் ஸ்டெல்லாக்கா தம்பி. அவந்தாம்ல சேவியர் கார்னேஷன்ல செக்ஸு படம் பாக்கப் போனப்ப அவனும் அங்க வந்து அவன் நம்மளக் கண்டு ஒளிய, நாம அவனக் கண்டு ஓடன்னு பாதி படத்துல எந்திச்சு வந்தமே?''

''தாயோலி அவம்லா இன்னும் உயிரோட அலையிறானா. மொட்டக் கூதியான். சின்ன வயசுல ஸ்டெல்லாக்கா மவன் இன்பங்கூட விளாட வீட்டுக்கு போனா. இந்தத் தாயோலி மறிச்சு நிப்பாட்டி அத இத பேசிக்கிட்டே அவன் சுன்னியக் கொண்டு நம்ம பின்னாடி வச்சு தடவுவாம் ஞாபகம் இருக்கால. ராஜா? அப்ப என்ன பண்ணன்னு வெவரம் தெரியாம வீட்லயும் சொல்லாம விட்டிட்டோம். இப்ப நெனச்சா கேந்தியா இருக்கு''

''எல என்ன பிரவீன் சொல்ற. இன்பன் மாமன் ஹோமோவால?'' -சாம்.

''மாப்ள ஹோமாவா இருக்குறது ஒண்ணும் தப்பில்ல. ஆம்பளையும் ஆம்பளையும் சுயவிருப்பத்தோட பண்ணுறதுல அது. அதுவும் நம்மள மாறி இயற்கையானது தான். ஆனா இது வெறிபிடிச்ச மிருகம். வீட்டுக்கு வெளயாட வர்ற சின்ன புள்ளயலை இல்ல அப்படி பண்ணும் நாயி. சின்னச் சின்ன புள்ளைக்கிட்டயே வெறிய காமிச்ச நாயி சொந்த வீட்ட எச்சி பண்ணாமையா இருக்கும்? தாயோலிக்குக் காலகாலத்துல கல்யாணம் பண்ணி வச்சிருந்தா கூட ஒழுங்கா இருந்து தொலச்சிருப்பான்''

''உங்க ரெண்டு பேரையுமே அவன் குண்டி அடிச்சிருக்கான்னு சொல்லு'' ரீகன்.

‘‘செருப்பால அடி சின்னக் கூதியானே. அவன இப்ப வரச் சொல்லுல, எவன் எவனுக்கு குண்டி அடிக்காம்னு பாப்போம். இவன் ஒருத்தன் என்னத்தையாவது ஔரிக் கொட்டிகிட்டு... பெரிய ப்ளாஷ் பேக் சொல்றானாம். மயிறு’’ என ரீகனையும், பிரவீணையும் சேர்த்தே கடிந்து கொண்டான் ராஜா.

ஒருவரையொருவர் வாரிக் கொண்டும், கிண்டலடித்தபடியும் நேரம் போவதே தெரியாமல் மோகன்ணண் கடையின் முன்பாக நின்று பேசிக் கொண்டே இருந்தார்கள். வெகுகாலம் கழித்து தன் நண்பர்களோடு தனது பழைய காம்பவுண்ட் நினைவுகளை மீட்டெடுத்துக் கொண்டு இருந்தவன் மதியம் இரண்டரைக்கும் மேலாகத்தான் வீடு திரும்பினான்.

‘‘இப்ப வந்திர்றேன் ஆச்சிண்ட்டு போனவன் எப்ப வந்து நிக்க பாரு’’

‘‘பயலுவ கூட பேசிட்டு இருந்தனா நேரம் போனதே தெரியல’’

‘‘முதல்ல சாப்புடுய்யா’’ என்றபடி சாப்பாட்டை அவனுக்கு எடுத்து வைத்தாள்.

‘‘ஆச்சி நீங்க சாப்டீங்களா?’’ அவள் மௌனமாய் இருக்கவும் ‘‘என்னஞ.நீங்க வயசான காலத்துல இப்படி எனக்காகக் காத்து கெடக்கணுமா? சாப்பிடுங்க முதல்ல...’’

‘‘நான் அப்புறம் சாப்புடுறேன். நீ முதல்ல சாப்புடு’’

‘‘இப்ப நீங்க பிளேட்ட எடுத்திட்டு வாரீகளா’’ என சொல்லியபடி அவனே எழுந்து சென்று அவளுக்கும் பிளேட் எடுத்து வந்தான். அவள் தன் தட்டில் சோற்றைப் போட்டு அவனுக்கு ஊட்டுவதற்குச் சோற்றை உருண்டையாக்கி அவனது வாயருகே கொண்டு சென்றாள்.

‘‘ஆச்சி. நீங்க சாப்பிடுங்கன்னு பிளேட் எடுத்து குடுத்தா. எனக்கு ஊட்றீகளே?’’

''சாப்பிடுய்யா. எங்கையால ஊட்டி எத்தன நாளாச்சு உனக்கு?'' என்றபடி அவனுக்கு ஊட்டத் துவங்கினாள்.

அவன் ''நீங்க சாப்புடுங்க ஆச்சி'' என வாயில் சோற்றை மென்றவாறே சொன்னாலும் அவள் ஊட்டுவதை அவன் விரும்பவே செய்தான். அவள் அவனுக்குக் கவளங்களை உருட்டிக் கொடுத்துக் கொண்டிருக்கும் போதே அவளது கண்கள் பனித்து, சுருக்கங்கள் விழுந்து போன அவளது கன்னங்கள் வழியே இறங்கத் துவங்கியது. இதைப் பார்த்ததும் பிரவீனின் மனமும் கலங்கி கண்கள் கொஞ்சம் இருண்டாலும் அவன் தன் மன அரண்களைக் கொண்டு கனியும் நீரைத் தேக்கியபடி ''ஆச்சி... ஏங்... ஞ... நீங்க சாப்பிடுங்க முதல்... எனக்கு ஊட்டுனது போதும்...'' என்றான்.

தன் கண்ணீர் தன் பேரனைக் கலங்கச் செய்வதைப் புரிந்து கொண்டவளாய். ''எய்யா, உங்கிட்ட காசு இருந்தா, மாதா கோயில் திருவிழாக்கு உம்மாமனுக்கு, உங்க அத்தகாரிக்கு, அப்புறம் அந்த ஸ்வீட்டி குட்டிக்கி எல்லாருக்கும் எதாவது துணிமணி எடுத்து குடுய்யா'' என சம்பந்தமில்லாமல் ஏதோ பேசி அந்த கணத்தின் இறுக்கத்தைத் தளர்த்தினாள்.

அவனும் 'தனக்கு ஏன் இது தோன்றவேயில்லை?' எனநினைத்துக் கொண்டவனாய் ''ஆமா ஆச்சி அவங்களுக்கு வாங்கித் தாரது இருக்கட்டும். உங்களுக்கு எதுவும் வேண்டாமா?''

''நீரு வாங்கித் தந்தா கெட்டிக்கிர்றேன். வேண்டாம்னு யார் சொன்னா?'' அவள் சிரித்துக் கொண்டான்.

''இன்னக்கி சாயிங்காலமே போலாம் சரியா? மாமாகிட்டேயும் சொல்லிருங்க'' என்றபடி கைகழுவச் சென்றான். ஜொஸியம்மாவுக்கு பூரிப்பு கொள்ளவில்லை. வேகமாய் சாப்பிட்டு பாத்திரங்களை எடுத்து வைத்துவிட்டு தன் மகன் வீட்டிற்கு விரைந்தாள். பிரவீன் ஏதேதோ எண்ணங்களோடு அப்படியே கட்டிலில் விழுந்தான்.

8

2010 ஜூலை 27 மாலை...

அன்று செவ்வாய்க் கிழமை ஆதலால் முதலில் அவர்களது பங்க் கோயிலான அந்தோணியார் கோவிலுக்குப் போய் சந்தித்துவிட்டு பிறகு துணி எடுக்க போகலாம் என முடிவு செய்து கொண்டு கோவிலுக்குப் போனார்கள். பெண்கள் மூவரும் முன் வாசல் வழியே கோவிலுக்குச் செல்ல ஜோசப்பும், பிரவீனும் பின் பக்கமாய் கோவிலுக்குள் நுழைந்தார்கள்.

பிரவீனின் பெற்றோர்களுக்குத் திருமணமானது முதல் அவனுக்கு ஞானஸ்தானமும், முதல் திருவிருந்தும் பெற்றதிலிருந்து அவனது தாய் தந்தையரின் அடக்கப்பூசை வரை அனைத்தும் நடைபெற்று முடிந்தது இதே அந்தோணியார் கோவிலில் தான். ஏழு வருடங்களுக்கும் மேலாகி விட்டதால் கோவிலின் அமைப்பிலும், பீடத்திலும் ஏகப்பட்ட மாற்றங்கள் நிகழ்ந்திருந்தன. ஆனால் அந்தோணியார் மாத்திரம் தினமும் சவரம் செய்துகொள்பவர் போல அத்தனை பொலிவுடன் அதே கனிவான கண்களுடன் பாலனைக் கையில் ஏந்தியபடி நின்று கொண்டிருந்தார்.

பிரவீனின் நினைவுகள் கொஞ்சம் பின்னோக்கி பயணித்தது. இங்கு அவன் பள்ளிப் பருவத்தில் தினமும் காலையில் முதல் பூசைக்கே வந்து உடுப்பணிந்து ஆல்டர் பாயாக உண்டியல் குலுக்கியதும், நன்மை வழங்க தட்டேந்தி உதவி புரிந்ததும் நினைவில் வந்து நிழலாடியது. சில

ஞாயிற்றுக் கிழமைகளில் மூன்று பூசைகளுக்குமே அவன் தொடர்ந்து உடுப்பணிந்தது உண்டு. அந்தோணியார் கோவிலில் ஆல்டர் பாயாக தானும் உடுப்பணிய பிரவீன் அற்றைய நாளில் போராடியது அவன் நினைவில் வந்து நிழலாடியது.

ஆல்டர் பாய்.

அப்போது அவன் ஐந்தாம் வகுப்பு படித்துக் கொண்டிருந்தான். அந்தோணியார் கோயிலுக்கு அதிகாலை ஆறு மணி பூசைக்கு அவனை அழைத்து சென்று கொஞ்சம் கொஞ்சமாய் அவனுக்குள் கிறுத்துவ வாழ்வைப் பழக்கப் படுத்த ஜொஸி அம்மே பிரயா்சை பட்டுக் கொண்டிருந்தாள். அவளோடு அப்படி பூசைக்குச் செல்லும் போதெல்லாம் அவன் வயதொத்த சிறுவர்கள் பூசையில் சாமியாருக்கு உதவியாக அவரோடு பீடத்தில் அவரைப் போன்று அங்கியும், இடுப்பில் வண்ண வண்ண பட்டைகளும் அணிந்துகொண்டு கம்பீரமாக வலம் வருவது அவனுக்கும் ஆசையைத் தூண்டியது. அவனும் அவர்களில் ஒருவனாக மாற ஆசைப்பட்டான்.

தன் ஆசையை ஒரு நாள் தன் அம்மாச்சியிடம் சொன்னபோது அவள் பேருவகையோடு அவனை அழைத்துச் சென்று பங்குச் சாமியாரிடம் ஒப்படைத்தாள். அவனைப்போலவே ஆல்டர் பாயாக மாற ஆசைப்பட்டபடியே ஜூடும் ஆவலாக காத்துக்கொண்டிருந்தான். அப்போது தான் ஜூடு அவனுக்கு அறிமுகமானான். ஆனால் அவர்கள் நினைத்தது போல் ஆல்டர் பாயாக மாறுவது அத்தனை சுலபமானதாக இல்லை. அவர்களைவிட ஓரிரு வயது மூத்தவர்களே அங்கு ஆதிக்கம் செலுத்திக் கொண்டிருந்தனர். அவர்கள் இவர்களை அனுமதிக்க வில்லை. சீசப்பிள்ளையாக இருபத்தி ஐந்து வயது மதிக்க தக்க ஒருவர் இருந்தார். அவரே ஒவ்வொரு பூசைக்கும் யார் யார் உடுப்பு போடுவது என தீர்மானிப்பவராக இருந்தார். அவர் கொடுக்கும் சின்னச்சின்ன வேலைகளையும் சிரமேற் கொண்டு செய்தும் அவர்களுக்கு வாய்ப்பு வழங்கப்படவில்லை. அது ஏன் என்று அவர்களுக்கு முதலில் பிடிபடவேயில்லை.

நாட்கள் செல்ல செல்ல கொஞ்சம் கொஞ்சமாய் அங்கிருக்கும் ''உள் அரசியல்'' பிரவீனுக்கு விளங்கத் துவங்கியது. அதாவது ஒரே பங்கைச் சேர்ந்தவர்களாய் அவர்கள் இருந்தபோதும் அங்கிருந்த பசங்களுக்கிடையே ''தெரு அரசியல்'' மேலோங்கி இருந்தது. ஏழாம், எட்டாம் வகுப்பு பசங்கள் அதிகம் இருந்த அந்தோனியார் கோயிலை ஒட்டிய தெரு பசங்களின் ராஜ்ஜியமே அப்போது அங்கு கோலோச்சி இருந்தது. மற்ற தெரு பசங்கள் எல்லாம் அடக்கியே வாசித்தனர்.

இந்த உட்கலகம் அவனுக்குப் பிடிபட்ட உடனே ஏனைய தெரு பசங்களிடம் வயது பாராட்டாமல் பழகத் துவங்கினான். மெல்லமெல்ல கிடைக்கும் சந்தர்பங்களில் எல்லாம் அந்தோனியார் கோயில் தெரு பசங்களின் அட்டகாசங்கள் குறித்தும் அவர்களது ஆதிக்கம் குறித்தும் பேசத் துவங்கினான். அவர்களும் தங்கள் ஆதங்கங்களைப் பகிர்ந்து கொள்ள ஆரம்பித்தார்கள். அந்தோணியார் கோயில் பசங்கள், ஏனைய தெரு பசங்கள் என பிரிந்து அமரத் துவங்கினார்கள். ஞாயிற்றுக் கிழமைகளில் நடைபெறும் மறைக்கல்வி வகுப்புகளில் இதனை விவாதப் பொருளாய் கிசுகிசுக்கத் துவங்கினர். ஒருநாள் தன் வயதொத்த ஒரு சிறுவனிடம் பிரவீணும், ஜூடும் சேர்ந்து வழக்கம் போல் தங்கள் புலம்பல்களைப் பகிர்ந்து கொள்ளத் துவங்கினார்கள் அவனை மாற்றுத் தெரு பையன் என நினைத்து. ஆனால் அவர்களுக்கு அப்போது தெரியாது, அவனும் அந்தோணியார் கோயில் தெருக்காரனென்று.

அவர்கள் புலம்பல்களை அமைதியாய்க் கேட்டுக் கொண்டவன், அவர்களைப் பற்றி அத்தெரு பசங்களிடம் போட்டுக் கொடுத்துவிட்டான். இதில் வேடிக்கை என்னவென்றால் அவனுக்கு பிரவீன் பெயர் தெரிந்திருக்கவில்லை. ஆனால் ஜூடை சரியாக குறிப்பிட்டவன் பிரவீணது அடையாளங்களை மட்டும் குத்து மதிப்பாக சொல்லி விட்டிருந்தான். மறுநாள் பூசை முடிந்ததும், ஜூடையும், ஏறத்தாழ பிரவீணைப் போல் இருக்கும் மற்றொருவனையும் பிடித்து அந்தோனியார் கோயில் தெரு பசங்கள் அடி பின்னி எடுத்துவிட்டனர்.

இந்த நிகழ்வுக்குப் பிறகு பிரவீன் கோயிலுக்குப் போவதை வேறு வேறு காரணங்கள் சொல்லி தவிர்த்து வந்தான். தினமும் அதிகாலை உற்சாகமாய் கோயில் செல்லும் பிள்ளை ஏன் வீட்டிலே முடங்கியுள்ளான் என அவன் வீட்டில் உள்ளவர்கள் துளைத்து எடுத்தபோது வேறு வழியின்றி அனைத்தையும் அவன் வீட்டாரிடம் சொல்லிவிட்டான். ஜொஸி அம்மே அவனை நேராக பங்குச் சாமியாரிடம் அழைத்து சென்று அனைத்து விபரங்களையும் ஒப்புவித்தாள்.

பங்குச்சாமியாரும் ''ஓஹோ, அப்படியா? இந்தக் கூத்தெல்லாம் நடக்குதா? நாளக்கி நீ காலைல பூசக்கி வா. நான் ஒன்ன உடுப்பு போட வக்கிதம் எந்தப் படுக்காலி சண்டக்கி வருதாம்னு பாக்கம்'' என உற்சாகப் படுத்தி அனுப்பினார். அன்றிரவு முழுக்க தூக்கமெல்லாம் தொலைத்துவிட்டு வண்ணக் கனவுகளில் மிதக்கத் துவங்கினான்.

மறுநாள் விடிந்ததும் விடியாததுமாய் எழுந்து உற்சாகமாய் கிளம்பி, கோயிலுக்குச் சென்றால் பங்குச்சாமியார் அவன் நினைவே அற்றவறாக பூசைக்குத் தயாராகிக் கொண்டிருந்தார். பிரவீன் அவர் முன்னால் அங்கேயும், இங்கேயுமாய் நின்ற போதும் அவர் இவனை சட்டை செய்யவேயில்லை. வழக்கம்போல் அந்தோணியார் கோயில் தெரு பசங்களே உடுப்புகளை அணிந்தபடி மிடுக்காய் தயாராகிக் கொண்டிருந்தனர். பிரவீன் நொந்து போய் ஒரு ஓரமாய் ஏமாற்றத்தை ஏற்றுக் கொள்ள முடியாமல் துடித்தவனாய் நின்று கொண்டிருந்தான். அப்போது ஜூடுதான் அவனை சமாதானப்படுத்த அதிக முயற்சிகள் எடுத்துக் கொண்டான். ஆனால் அவன் பேசப்பேச எவ்வளவு அடக்கியும் தாளாமல் இவன் விழிகளில் நீர் வழிந்து கொண்டே இருந்தது.

அழுது கொண்டே பூசை முடியும்வரை காத்திருந்தான். பூசை முடிந்ததும் பிரவீனும், ஜூடும் கோயிலை விட்டு கிளம்பியபோது அந்தோணியார் கோயில் தெருப் பையன் ஒருவன் அவர்களைவிட

இரண்டு வயது மூத்தவன் அவர்களை நெருங்கி ''அன்னைக்கி ஒனக்கு விழவேண்டிய அடி தப்பிச்சுட்ட. இருக்குடி உனக்கு ஒருநா பூச'' என மிரட்டும் தொனியில் பிரவீணை அணுகி ஏளனம் செய்தான். ஒருகட்டத்தில் தன்னையே கட்டுப்படுத்த முடியாதவனாய் கோயில் வாசல் என்றும் பாராமல் அவன் மேல் பாய்ந்து விழுந்து அவனை அடிக்கத் துவங்கினான் பிரவீண். சற்றும் எதிர்பாராத பிரவீனின் தாக்குதலால் அவன் நிலைகுழைந்து விழுந்தான். அவன் மேல் ஏறி அமர்ந்து கொண்டு அவனை கண்மண் தெரியாமல் அடிக்கத் துவங்கினான்.

ஜூடு செய்வதறியாமல் பிரவீனைப் பிடித்து இழுத்தபடியே கத்தத் துவங்கினான். அவன் போட்ட கூச்சலில் ஒரு சிறு கூட்டம் அங்கே கூடி பிரவீணை அவன் மேலிருந்து தூக்கி விலக்கியது. அந்தோணியார் கோயில் தெரு பசங்கள் செய்வதறியாமல் நின்று கொண்டிருந்தனர். பங்குச்சாமியாரும் அந்நேரம் பார்த்து வெளியே வந்தார். அவர்களைப் பற்றி அவரிடம் புகார்கள் வாசிக்கப்பட்டன. பிரவீணிடம் அடிபட்டவன் நகக்கீறல்களால் முகம் வீங்கி நின்று அழுது கொண்டிருந்தான்.

அவன் முகத்தை ஏறெடுத்துப் பார்த்தவாறே பங்குச்சாமி ''நல்ல பலமாத்தாம்ல அடிபட்டிருக்கு. நல்ல புள்ளையளா பூசையில நின்னிட்டு இப்படி வெளில நின்னு சல்லித்தனம் பண்ணா வெளங்கும்ல, நல்லா சாத்தான் குட்டிகளா நிக்கிறத பாருங்களேன். எதுக்குடே இப்படி கட்டிப் பொறண்டிக? கோயிலுக்குப் போயிட்டு புள்ளைக வரும்னு அங்க உங்க அப்பா அம்மாமாரு நிம்மதியா இருப்பாக இப்படி மூஞ்சி வீங்கிப் போனா, சாமி கோயில்ல பூச வச்சாரா இல்ல குஸ்தி கத்துக் குடுத்தாரான்னுதான கேப்பாக. போங்க போங்க வீட்டப் பாத்து போங்கடே பொறவு அங்கிட்டு நின்னு சண்ட போட்டேம் இங்கிட்டு நின்னு சண்ட போட்டேம்னு எவனாவது சொன்னா எனக்குக் கெட்ட கோவம் வரும் பாத்துக்குங்க'' என்றபடி அவர்களைக் கடந்து வேகமாய் போய்விட்டார்.

ஏதோ மிகப்பெரும் சாதனை செய்துவிட்டதைப் போல் அவனது மனம் அப்போது துள்ளிக் குதித்தது. தன் மனத்துயரெல்லாம் கரைந்தோடி தன்னைப் பற்றி தானே பெருமிதம் அடைந்து கொண்டான். அவனைச் சுற்றி ஒரு அரணைப் போல மற்ற தெரு பசங்களெல்லாம் நின்றபடி அவரவர்க்குத் தெரிந்த வார்த்தைகளில் அவனைத் தேற்றியும், பாராட்டியும் பேசிக் கொண்டிருந்தனர்.

அந்தோணியார் கோயில் தெரு பயல்கள் பிரவீணை முறைத்துப் பார்த்தபடி அவனை அழைத்துச் சென்றார்கள். அப்போது அவர்களில் ஒருவன் இப்படி பேசியது பிரவீணின் காதுகளில் தெளிவாய் கேட்டது ''எல, நீ வருத்தப்படாத. எங்க போவான். நாம யாருன்னு அவனுக்கு சீக்கிரமே காட்டுவோம்ல''

இப்படி ஏராளமான சாகசங்களுக்கும், மிரட்டல்களுக்கும் பிறகே பிரவீனுக்கும், ஜூடுக்கும் ஒரு ஞாயிற்றுக்கிழமை பூசையில் உடுப்பு போடும் வாய்ப்பு கிடைத்தது. அந்த நாள் முழுவதும் ஓரிரு அடிகள் தரைக்கு மேலே தான் அவர்கள் நடந்து திரிந்தார்கள். ஏதோ அவர்களே அன்றைய பூசையை நடத்தியதைப் போல் அத்தனை பெருமைப்பட்டுப் போனார்கள்.

ஆனால் அதே வேளையில் நாட்கள் செல்ல செல்ல இதே கோவிலில் இருந்த ஒரு சில பங்கு தந்தைகளின் சுகபோக போக்குகளைக் கண்டு அவன் மனம் வெதும்பிப் போனதும் உண்டு. அந்தச் சின்ன வயதிலேயே பீடத்திற்குப் பின்னால் குருமார்கள் சிலரின் நிஜமான முகங்களைக் காண நேரிட்டதால் ஒரு கட்டத்தில் அவனுக்கு அவர்களைப் போன்றோர் வைக்கும் பூசைகளில் உடுப்பணிவதே சாவான பாவம் என எண்ணத் தோன்றியதுண்டு. ஒருமுறை தவக்காலத்தில் சுத்தபோசனத்தின் அவசியத்தைப் போதித்து விட்டு சாமியார் ஒருவர் தனது பங்களாவில் வைத்து மீன் குழம்பு சாப்பிட்டதை வீட்டில் போய் அதிர்ச்சியாய் சொல்லிப் பார்த்தான். ஆனால் வீட்டில் உள்ளவர்களோ அவனை ''குரு நிந்தை குல நாசம்''

என பதிலுக்குப் பயமுறுத்தவே செய்தனர். ஆனால் இவை எல்லாவற்றையும் கடந்து அவனுக்கு அந்தோணியாரை ரொம்பப் பிடிக்கும்.

பழைய நினைவுகளில் இருந்து மீண்டவனாக அவர்கள் ஏற்கனவே செய்திருந்த முடிவின் படி துணிகள் எடுக்க அனைவரும் கண்ணா சில்க்கை நோக்கிச் சென்றார்கள்.

கண்ணா சில்க்.

முதலில் புடவைகள் எடுக்க பெண்கள் பகுதிக்குச் சென்றனர்.

''எம்மா சோபியா. முதல்ல ஸ்வீட்டிக்குப் பாத்து எடும்மா''

''பிரவீன். அவளுக எடுத்திட்டு இருக்கட்டும். அதுக்குள்ள நாம நமக்கு எடுத்திட்டு வந்திர்வோம்''

''மாமா முதல்ல அவங்களுக்கு எடுத்திட்டு அப்புறம் நமக்கு போவோமே''

''கிழிஞ்சது போ. நாம எடுத்திட்டு வந்த பெறவும் அவள்வ ஒண்ணு கூட எடுத்திருக்க மாட்டாள்வய்யா''

''முதல்ல உங்க மாமாவ இங்க இருந்து கூட்டிட்டுப் போய்யா. இல்லன்னா இவுரு புழுபுழுப்பு தாங்க முடியாது''

வேறு வழி தெரியாமல் பிரவீன் ஜோசப்பை அழைத்துக் கொண்டு ஆண்கள் ஆடைகள் பக்கம் சென்றான். ஸ்வீட்டிக்கும் அவனை அப்படி தன் அம்மாவும், அப்பாவும் அங்கிருந்து கிளம்பச் செய்தது பிடிக்கவில்லை. சற்று நேரம் மூஞ்சியைத் தூக்கிக் கொண்டு இருந்தாள். சோபியா எதைக் காண்பித்தாலும் அதில் ஈடுபாடே இல்லாமல் ஒதுக்கிக் கொண்டிருந்தாள். ஒருகட்டத்தில் வெறுத்துப்போன சோபியா,''ஏய்! எதையாவது ஒன்ன எடுத்தா என்ன? எதுவுமே புடிக்கல, புடிக்கலன்னா எப்படி?''

''எம்மா. நீங்க இரண்டு பேரும் உங்களுக்கு முதல்ல எடுங்க. பெறவு நான் எடுத்துக்கிர்றேன்''

''இத முதல்லயே சொல்லித் தொலச்சா என்ன?'' எனக் கோபப்பட்டவள்

''எத்த நீங்க உங்களுக்குப் பாருங்கத்த'' என்றாள்.

அவர்கள் பார்த்துக் கொண்டிருக்கும் போதே கொஞ்ச நேரத்தில் பிரவீணும் அவனது மாமனும் அங்கு வந்து சேர்ந்தார்கள்.

''என்னம்மா எதாவது எடுத்தீங்களா?''

''எய்யா எனக்கு மட்டும் தான் எடுத்திருக்கு. ஒம்மவளும், பொஞ்சாதியும் பாத்துகிட்டிருக்காக''

''நான் சொன்ன மாறியே ஆயிப்போச்சா? இவளுவ நாம எடுத்திட்டு வந்த பெறகும் அப்படியே நிக்காள்வ பாத்தியாய்யா''

''ஆச்சி. உங்களுக்கு எடுத்தத காமிங்க'' அவள் ஒரு வெளீர் பச்சையில் காட்டன் சேலை ஒன்றை நானூறு ரூபாய்க்குள் பார்த்து எடுத்து வைத்திருந்தாள்.அதைப் பார்த்தவுடன் பிரவீன் ''ஆமோ, இது ஒரு சேலன்னா எடுத்து வச்சிருக்கீக.? குடுங்க இப்படி'' என்றபடி சேல்ஸ்மேனை அழைத்தான்.

''இது வேண்டாம். பட்டு சேலையெல்லாம் எந்தப் பக்கம்?'' எனக் கேட்டான். அவன் அவர்கள் நின்று கொண்டிருந்த இடத்திற்குப் பின்பக்கம் என சொல்லவே அங்கே அனைவரையும் அழைத்துச் சென்றான்.

''எய்யா. காலம் போன காலத்துல எனக்குப் பட்டுச் சேலை எதுக்குய்யா? உங்க அம்மா போன பிறகு அதெல்லாம் நான் கெட்டுறதில்லையா''

''எதுவும் பேசக்கூடாது. உங்களுக்கு நாந்தான் பாப்பேன்.'' என்றபடி பட்டுச் சேலைகளைக் காண்பிக்கச் சொன்னான்.

''சார். என்ன ரேஞ்சல சாரி பாக்கணும்?''

''வெலையப் பத்தி கவலயில்ல''

''அதுக்கில்ல சார். எந்த ரேஞ்சின்னு சொன்னீங்கன்னா அந்தந்த வரிசைல பாக்கலாம் அதுதான்'' ஓரிரு நொடிகள் அப்படியே சேலைகளை நோட்டம் விட்டவன் ''ஆங். அந்த பக்கத்துல உள்ள சேலைகளைக் காமிங்க'' என்றான்.

''அது பாத்தீங்கன்னா ஆரம்பமே ஐயாயிரம் ரூபாய்ல இருந்துதான்'' என அவர் சொல்லி முடிக்கும் முன்னே ''அய்யோ அதெல்லாம் வேண்டாம்'' என படபடத்தாள் ஜொஸியம்மே.

''ஒண்ணும் பிரச்சனையில்ல காமிங்க. ஆங்... அந்த இரண்டாவது ரோவுல கீழஇருந்து மூணாவதா ஒரு மெரூன் சாரி இருக்குல்ல அத எடுங்க''

அவன் ஒன்று சொன்னால் அவர் அதை ஒட்டி மேலும் ஒன்பது சேலைகளை இறக்கி கடைபரப்பினார். ஸ்வீட்டி ஆச்சர்யமும், ஏக்கமுமாய் அவனைப் பார்த்துக் கொண்டே இருந்தாள். சோபியா தனது கணவன் ஜோசப்பை அவ்வப்போது முறைத்துக் கொண்டும், பிரவீனை செய்கையால் காண்பித்து 'அங்கப் பாருய்யா.' என மனசுக்குள் நினைத்ததை அவனிடம் உடல்மொழியால் வெளிப்படுத்திய படியும் இருந்தாள்.

ஒரு வழியாய் அழகான குங்கும நிறப் பட்டுச்சேலை ஒன்றை அவளுக்காகத் தேர்வு செய்து முடித்தான். ஜொஸியம்மேக்கு பூரிப்பும் பெருமையும் பொங்க பொய்யாய்க் கோபித்துக் கொண்டு ''இதெல்லா வேண்டாம்யா. வெல எவ்வளவு? ஆத்தி ஏழாயிரத்தி ஐநூறா?'' என வாய் பிளந்தாள்.

''இவ்வளவு வெலக்கு ஆச்சிக்கு எதுக்குய்யா'' தயங்கித் தயங்கி ஜோசப்பும் முனுமுனுத்தார்.

‘‘நீங்க சும்மா கெடங்க மாமா. ஆச்சி உங்களுக்குப் புடிச்சிருக்கில்ல?’’ அவள் பதிலைக் கூட எதிர்பாராமல் பில்லைப் போடச் சொன்னவன்,

‘‘என்ன மாமா சும்மா இருக்கீங்க, அத்தக்கு நீங்க பாருங்க’’என்றான்.

‘‘அய்யோ எனக்கு இந்த வெலைக்கெல்லாம் வேண்டாம்பா’’ என ஏக்கம் கலந்த குரலில் ஆதங்கத்தோடு மறுத்தாள்.

‘‘எத்த வெல கெடக்குது. முதல்ல உங்களுக்கு புடிச்ச சேலையப் பாருங்க. அப்புறம் வெலையப் பாக்கலாம்’’ என்றபடி பிரவீன்ஸ் வீட்டியை பார்த்து ‘‘என்ன நீ உனக்கு ஒண்ணும் எடுக்கலியா?’’

‘‘எனக்கு யாரு எடுத்து தர்றா?’’ அவளையும் மீறி அவளுக்குள் இருந்து அந்தக் குரல் ஒலித்து விட்டது. பிரவீன் அவளிடமிருந்து இந்தப் பதிலைக் கொஞ்சமும் எதிர்பார்க்கவில்லை.

‘‘உனக்கு எடுக்கணும்னு தானத்தா நாங்க எல்லாரும் வந்திருக்கோம். எய்யா ஒம்மாமன் மவளுக்கும் நீயே எடுத்துக் குடுத்திருயா. சக்களத்தி சாபம் கீபம் போட்டுறப் போறா’’ என ஜொஸியம்மே அவர்களது ரூட்டை கிளியர் செய்து கொடுத்தாள். ஸ்வீட்டிக்கு தன் ஆச்சியைக் கட்டிப் பிடித்து முத்தம் கொடுக்க வேண்டும் போல் தோன்றியது.

‘‘உனக்கு சாரி புடிக்குமா? இல்ல சுடிதார், ஜீன்ஸ் அப்படி இப்படின்னு’’

‘‘முதல்ல சாரி பாக்கலாமே’’ அவளாக உரிமை எடுத்துக் கொண்டாள். பிரவீனுக்கும் புரிந்தது. ஜோசப் ஒரு புன்சிரிப்போடு அவர்களை ரசிக்கத் துவங்கினார்.

‘‘சார் என்ன ரேஞ்சல பாக்கணும்?’’

‘‘மேக்ஸிமம் உங்ககிட்ட என்ன வெலக்கு இருக்கோ அதுவரைக்கும்...’’ இது போன்ற அலம்பல்கள் அவருக்கு வாடிக்கையான ஒன்றாதலால் அவரும் புரிந்து கொண்டபடி புன்னகையோடு காண்பிக்க ஆரம்பித்தார்.

அவன் ஒவ்வொரு சேலையைப் பார்த்ததும் அவளையும் பார்த்து கொள்வான். அவளது கவனமோ சேலைகளின் மீதில்லாமல் அவன் மேலாக மாறிப்போனது. அவன் கண்டாங்கிச் சேலையை எடுத்துக் கொடுத்தாலும் அகமகிழ்ந்து போவாள் போலிருந்தாள்.

"இந்த முந்தி பாருங்க சார். நல்ல டிசைனோட. இவ்வளவு வேலைப்பாடெல்லாம் ரொம்ப ரேர் கலக்ஷன்ஸ் சார்" என அவர் ஒவ்வொன்றிற்கும் ஏதேதோ சொல்லிக் கொண்டே போனார். அவனோ அவர் பேசுவதைச் செவி மடுக்காமல் தன் கண்களை அடுக்கி வைக்கப் பட்டிருந்த சேலைகளில் அலைபாய விட்டுக் கொண்டிருந்தான். ஒருசில சேலைகளை அவளிடம் காண்பித்து அவ்வப்போது அவளது அபிப்ராயத்தையும் கேட்டுக் கொண்டான். அவள் எல்லாவற்றிற்கும் ஒரு மோனச்சிரிப்போடு தலையசைத்துக் கொண்டிருந்தாள்.

ஒரு கட்டத்தில் சோபியா பொறுமை இழந்து தனக்கான ஆடைகளைத் தேர்வு செய்யப் போயிருந்தாள். ஜோஸியம்மே கால் வலித்து போய் அமர்ந்து கொண்டாள். ஆனால் சேல்ஸ்மேன் மாத்திரம் எந்தச் சலிப்பும் இல்லாமல் சேலைகளைக் காண்பித்துக் கொண்டும் அவர்களது காதல் மொழியை ரசித்துக்கொண்டும் இருந்தார். அரைமணி நேரத்துக்கும் மேலான அலசலுக்கு பின் அழகான வேலைப்பாடுகளுடன் கூடிய டார்க் பிங்க் நிறத்தில் தங்க நிற பார்டருடன் கூடிய அந்த சேலையை அவன் தேர்வு செய்து முடித்தான். ஸ்வீட்டிக்கும் அந்த சேலை மிகவும் பிடித்திருந்தது. அந்த நேரம் பார்த்து சோபியாவும் தனக்கு சேலையை எடுத்துக் கொண்டு வந்து சேர்ந்தாள். அவன் பில் போட சொல்லவும் விலையைப் பார்த்தவளுக்கு ஒரு கணம் பூமி நின்று சுத்துவது போல் தோன்றியது. "எய்யா இதென்ன இருபத்தி ஐயாயிரத்துக்கு எடுத்து வச்சிருக்கீக. ஏய் கழுத அறிவு இருக்கா உனக்கு நீயாவது சொல்லக் கூடாதா? ஆன்னு பாத்திட்டு நிக்க" என தன் மகளையும் கடிந்து கொண்டாள்.

பதினாறாம் காம்பவுண்ட்

உண்மையில் ஸ்வீட்டியும் அதுவரை விலையைப் பார்க்கவில்லை. இதைப் பார்த்துக் கொண்டிருந்த ஜோசப்பும் வந்து சேல்ஸ் மேனிடம் ''அதுக தான் சின்னப் புள்ளைக, ஏதோ கேட்டிச்சின்னா. நீங்க இந்த வெலைக்கா எடுத்துப் போடுவீக'' என சத்தம் போட்டவரை,

''மாமா... மாமா... ஏன் இப்படி வாரிங்க. கொஞ்சம் ரெண்டு பேரும் சும்மா இருக்கீங்களா?'' அவன் தன் அத்தை எடுத்து வைத்திருந்த சேலையையும் கொடுத்து ''மூணுக்கும் பில்லைப் போடுங்க போங்க'' என்றான் நிதானமாக.

''ஐயோ மச்சான் நானும் கவனிக்கல. வேண்டாம் மச்சான்'' ஸ்வீட்டி மயக்கம் தெளிந்து பதறினாள். அவனுக்கு அவனைச் சுற்றி மொத்தமும் அவுட் ஆப் போக்கஸில் போய் ''மச்சான். மச்சான்'' என்ற மகுடிச் சொற்கள் மட்டும் காதுகளில் மீண்டும் மீண்டும் ஒலித்துக் கொண்டிருந்தது.

''எங் கல்யாணச் சேலைக்கு மூணு பங்குல இந்த சேல வெல'' என மிரட்சியோடு எதையோ முணுமுணுத்துக் கொண்டு வந்தாள் சோபியா. அவளால் நிஜமாகவே அந்த விலையை ஜீரணிக்க முடியவில்லை. ஜோசப்பிற்கு ஒருவகையில் பெருமையாகவும், இன்னொரு புறத்தில் தன் மருமகனுக்கு இப்படி செலவை இழுத்து விட்டுவிட்டோமே என வருத்தமாகவும் இருந்தது. ஸ்வீட்டிக்கு சந்தோஷத்தைவிட ஒருவித குற்றவுணர்வே மேலோங்கி இருந்தது.

பிரவீன் இதைப் பற்றியெல்லாம் அலட்டிக் கொள்ளாமல் ''ஸ்வீட்டி. சுடிதார்பாக்க போவோமா?'' என்றபோது ''ஏன் இந்த கட மொத்தத்தையும் அவளுக்கு வாங்கிக் குடுக்க போறியாய்யா?'' செல்லமாக அவனது கன்னத்தில் இடித்தாள் ஜொஸி அம்மே.

''கேட்டா குடுக்குறதுதான். அதுக்கில்லாம பெறவு எதுக்கு மச்சான்னு'' பிரவீணுக்கு கொஞ்சம் நஞ்சமிருந்த தயக்கமும் இப்போது விட்டிருந்தது. அவன் அப்படி பேசியதைக் கேட்டதும் ஸ்வீட்டிக் காற்றில் மிதப்பது போல் உணர்ந்தாள்.

‘‘இதத்தான் துலுக்கன் தின்னு கெட்டான், பரவன் உடுத்திக் கெட்டான்னு. அந்தக் காலத்துல சொல்வாக’’ என்றாள் ஜொஸி.

எல்லாம் முடிந்து ஆடைகளை வாங்கிக் கொண்டு கண்ணா சில்க்கை விட்டு வெளியேறினார்கள். அவர்கள் மூவருக்கும் ஆட்டோ அமர்த்திக் கொடுத்துவிட்டு மாமனும், மருமகனும் பைக்கில் அவர்களைப் பின் தொடர, பிரவீனின் மனதோ ஸ்வீட்டி தன்னை முதல்முறையாக ‘‘மச்சான்’’ என்றழைத்ததே அவனுக்குள் மீண்டும் மீண்டும் ஒலிக்கத் துவங்க. அவனது நெஞ்சுக்குழிக்குள் ஏதோ ஒன்று இன்பமான வலியோடுப் பிசைந்துக் கொண்டு சிலிர்ப்பூட்டியது.

9

28 ஜூலை, 2010...

காலையில் பிரவீன்தன் மாமன் ஜோசப்புடன் ஆட்டுக்கறி வாங்க வ.உ.சி சந்தைக்குச் சென்ற போது கறிக்கடையில் கசாப்பு போட்டுக் கொண்டிருந்தார் ஜெயம் மாமா. மனிதன் வளர்வதற்கு எந்தத் தடையும் இல்லை என்ற ஒரே காரணத்துக்காக ஆறரை அடிக்கும் மேல் வளர்ந்த உருவம். எம்.ஜி.ஆர். படங்களில் வில்லனாய் வரும் ஜஸ்டினை நினைவு படுத்தும் தோற்றம். சவரம் செய்யச் செலவழிப்பதில்லை என சத்தியம் செய்ததைப் போல் முடியும், தாடியும் வளர்த்திருந்தார். நல்ல பஞ்சு மிட்டாய் நிறத்தில் இருக்கும் உள்பனியன் தெளிவாய் தெரியும் அளவுக்கு நான்கு பொத்தான்கள் வரை அணியாமல் முழுக்கை சட்டையை முழங்கைக்கு மேல் மடிப்பாக இல்லாமல் கசங்கலாக ஏற்றியிருக்கும் அலட்சியம் என ஐம்பது வயதிலும் டெரர் கெட்டப்பிலே இருந்தார்.

பிரவீணையும்,ஜோசப்பையும் கண்டதும் தனது கரகரப்பான குரலில் ''என்ன ஜோசப்பு மருமகனோட காலங்காத்தால கறி வாங்க வந்திருக்காப்ல தெரியுது.? மருமகப்புள்ள எப்படி இருக்கீரு? என்னப்பா, வாலிபப் புள்ள இப்படியா தவங்கிப் போயிருக்கிறது?''

''நல்லா இருக்கேன் மாமா. நீங்க எப்புடி இருக்கீங்க?''

''ஓடுதுப்பா. ஜொஸியம்மே எப்படி இருக்காங்க? நீ வந்ததே அவுகளுக்குத் தெம்பாயிருக்கும். நல்லா பாத்துக்கையா. என்ன ஜோசப்பு நான் சொல்றது? இனி நம்ம காலமெல்லாம் முடிஞ்சது. இவுங்க தானப்பா இனிமே''

''அதென்ன உங்களோட என்னையும் சேத்து கிட்டீங்கம.. நான் இளமையா தான இருக்கண்ணே?''

''ஆமப்பா. நீ மைனருதான். மருமகப்புள்ள உங்க அத்தக்காரி கிட்டசொல்லி ஒம் மாமனுக்கு ஒரு சோடி பாக்க சொல்லு?'' என்றபடி பெருங்குரலெடுத்து 'கபகப. வென' சிரித்தார்.

''ஜெயண்ணே. சாப்ஸ் கறி ஒரு கிலோவும். எலும்பு கறி ஒரு கிலோவும் போடுங்க. நல்லா எளங் கறியா பாத்து போடுங்க''

''உம்மாமனுக்கு இன்னும் எளங் கறி கேக்குது பாருப்பா.'' மீண்டும் 'கப கப'

''ஜெயண்ணே உங்களுக்கு வெவஸ்தையே கெடையாதா, மருமகப்புள்ள கிட்ட என்ன பேசுறதுன்னு?''

''சும்மா தமாஷ் தானடே.'' என்றபடி கறி வெட்டுவதில் மும்முரமானார்.

ஜெயம் மாமா.

சின்னக் காம்பவுண்டிற்கு எதிராக இருந்த டேவிட்டுக்குச் சொந்தமான இடம் முன்பு காலிமனையாக இருந்தபோது அதில் ஒரு மூலையில் சிறிய ஓட்டுச்சாய்ப்பு வீடு போட்டு தனது மனைவி மகனோடு வாழ்ந்து வந்தார். அவர் டேவிட் சொல்கிற வேலைகளையெல்லாம் சிரமேற் கொண்டு செய்து கொடுப்பார். அதேபோல் சார்லஸ் தியேட்டரிலும் பகலில் பத்துமணிக்கு மேல் டிக்கெட் கிழிக்க வைக்க, கூட்டத்தை ஒழுங்கு படுத்த என சிறுசிறு வேலைகள் பார்க்கப் போய்விடுவார்.

ரஜினி,கமல் திரைப்படங்களுக்கு மக்கள் கூட்டம் முண்டியடித்த போதும் 16-ஆம் காம்பவுண்ட் வாசிகள் எந்தவிதச் சிரமமுமின்றி பால்கனி டிக்கெட்டுகளில் குடும்பத்தோடு படம் பார்த்துவர ஜெயமாமா வழி செய்திடுவார். அதேபோல் 16-ஆம் காம்பவுண்ட் சிறுவர்களை அவர்களது விடுமுறை நாட்களில் மொத்தமாய் அழைத்துச் சென்று சார்லஸ் தியேட்டரில் படம் பார்க்க வைத்து பத்திரமாய் கூட்டி வந்து வீட்டில் விடுவார்.

சார்லஸ் தியேட்டர்...

தூத்துக்குடியின் பிரம்மாண்டமான அடையாளங்களில் ஒன்றாய்... அரை நூற்றாண்டுக்கும் மேலாக தூத்துக்குடி மக்களின் பிரதான பொழுதுபோக்கு அரங்கமாய் வி.இ.ரோட்டில் இருந்தது. ''தென்னகத்தின் தாஜ்மஹால்'' என அதை வர்ணிப்பர்.

ஆம்!!! உண்மைதான். மைசூரின் பிருந்தாவன் கார்டனின் முகப்பைப் போல் செயற்கை நீர்வீழ்ச்சி, வண்ணமலர்ச் செடிகளின் அணிவகுப்பு என அத்தனை அலங்காரமாய் இருக்கும் சார்லஸ் தியேட்டரின் முகப்பே. வாகனங்கள் நிறுத்த அத்தனை விஸ்தாரமான இடத்தை ஒரு அடி ஆக்கிரமிப்பு கூட இல்லாமல் காலியாக விட்டிருப்பர். அந்த பிரம்மாண்டமான திரையைக் காண தரைதளத்தில் பெஞ்சு டிக்கெட்டும், தரை டிக்கெட்டும் வழங்கப்படும். மேல் தளத்தில் சேர் டிக்கெட். அதேபோல் குடும்பமாய் தனியாய் அமர்ந்து பார்க்க ஷெவடிவிலான பால்கனி டிக்கெட்டுகளும் உண்டு. வெறும் வியாபாரத்திற்காக மட்டுமல்லாமல் சினிமாவின் மீதிருந்த தனது அளப்பரிய காதலினால் சேவியர் மிசியரால் கட்டப்பட்டது அந்தத் திரையரங்கம். அரைநூற்றாண்டு காலத்துக்கும் மேலான வெள்ளித்திரையின் உச்ச நட்சத்திரங்கள் பலரும் வந்துபோன அரங்குகளில் அதுவும் ஒன்று...

சில ஆண்டுகளுக்கு முன்னால்...

சார்லஸ் தியேட்டர் கடன் பிரச்சனையின் காரணமாய் மிசியரின் கையைவிட்டுப் போய் தற்போது அது இடிக்கப்பட்டு ஷாப்பிங் காம்ப்லெக்ஸாக உருவெடுத்துள்ளது.

எதையும் எளிதாய் கடந்து போகவும். மாற்றங்களை ஏற்றுக்கொள்ளவும் செய்யும் மனதே காலத்தால் அழியா நினைவுகளையும் தன்னகத்தே வைத்து இருக்கிறது.

பிரவீன் உட்பட அவன் வயதொத்தவர்கள் சிறுவர்களாய் இருந்தபோது ஜெயமாமா தான் அவர்களுக்கு பூச்சாண்டி. வீட்டுக்கு அடங்காதவர்கள் எல்லாம் அவரைக் கண்டவுடன் பொட்டிப் பாம்பாய் மாறி விடுவார்கள். அவர்களே கொஞ்சம் வளர்ந்ததும் ஜெயமாமா அவர்களுக்கு அசாத்தியங்களைக் கூட அநாயாசமாய் செய்து காட்டும் முரட்டு சாகக்காரனாய் தெரிய ஆரம்பித்தார். இதோ இப்போது அவர்களது வாலிபப் பருவத்தில் கேலிக்குரிய மனிதனாய் மாறிப்போனார். ஆனால் அவர் ஒருபோதும் மாறியதில்லை. உண்மையில் எந்தப் பாசாங்கும் செய்யத்தெரியாத பேராசைகளற்ற. முரட்டு முகமூடி அணிந்த குழந்தை அவ்வளவே!!!

ஸ்வீட்டி அன்று கல்லூரிக்குச் செல்லவில்லை. ஏதேதோ காரணங்கள் சொல்லி வீட்டிலேயே இருந்துவிட்டாள். பிரவீணுக்கு தடபுடலாய் ஜோசப்பின் வீட்டில் சோபியா விருந்து தயார் செய்து கொண்டிருந்தாள். ஜொஸியம்மே கனியாச்சியின் வீட்டுக்கு முந்தைய நாள் கதைகளைப் பற்றி பெருமை அடித்துக் கொள்ளச் சென்றிருந்தாள். ஜோசப்பும் இரண்டு நாட்களாய் விடுப்பிலே இருந்துவிட்ட படியால் தமது ஷிப்பிங் கம்பெனிக்குச் சென்று தலையைக் காட்டிவிட்டு மதியம் சாப்பாட்டிற்கு வருவதாய் உறுதியளித்துச் சென்றிருந்தார்.

பிரவீன்அவனது பாட்டி வீட்டில் தனியாக தனது லேப்-டாப்பை நோண்டிக் கொண்டிருந்தான். ஸ்வீட்டி தற்செயலாய் வருவதுபோல் அங்கு வந்தாள். சற்று நேரம் மௌனமாய் நின்று அவனையே பார்த்துக் கொண்டிருந்தாள். அவன் தற்செயலாய் நிமிர்ந்து அவளைப் பார்த்ததும்

‘‘என்ன மச்சான் ஆச்சிய காணோம். எங்க போயிருக்காக?’’ என்றாள்

பிரவீன்தன் லேப்-டாப்பை மூடியவாறு. ‘‘அப்ப நீ ஆச்சியைத் தேடித்தான் வந்தியா?’’

‘‘ஆமோ. ஆச்சி கூட உக்காந்து பேசுறதுக்குதானே இன்னக்கி லீவே போட்டேன்’’ என முணு முணுப்பாய் ஆனால் அவனுக்கு கேட்கும் விதமாகவே முனங்கினாள்.

‘‘என்ன சொன்ன...?’’

‘‘ஒண்ணுங் கேக்கலையாக்கும்...’’

‘‘எல்லாம் கேட்டிச்சு...’’

‘‘மச்சான் நான் ஒண்ணு கேப்பன்... நீங்க உண்மைய சொல்லனும்?’’

‘‘கேளு...’’

‘‘ஆமோ இத்தன வருசத்துல என்னைக்காவது என் நெனப்பு உங்களுக்கு வந்திருக்கா..?’’

‘‘ஏன் இப்புடி கேக்குற..?’’

‘‘பதில் சொல்லுங்க மச்சான்...’’

அவன் எழுந்து அவள் அருகில் வந்து நின்று கொண்டு ‘‘ம்...’’ என்றான். அவனது அந்த திடீர் நெருக்கம் அவளை ஏதோ செய்தது. ஆனாலும் சுதாகரித்துக் கொண்டு ‘‘பொய் சொல்லாதீங்க மச்சான்...’’ என்றாள்.

‘‘நெனப்புல என்னடி இருக்கு? இனி நீதான என் வாழ்க்க பூரா இருக்கப் போற...’’ என்றபடி அவளது கைகளைப் பற்றிக் கொண்டான். அவளுக்கோ மூச்சு திணறியது. அவனது அந்த திடீர் நெருக்கம் அவளை நிலைகுலையச் செய்தது.

ஆனாலும் ''மச்சான் இதெல்லாம் தப்பு. வேண்டாம்'' என கைகளை விடுவிக்க விரும்பாமல் சொன்னாள். ''அப்ப நீ என் வாழ்க்க பூரா கூட இருக்க மாட்டியா?''

''நான் அதச் சொல்லல. நீங்க இப்ப புடிச்சிட்டு இருக்கிறத சொன்னேன்'' பட்டென்று அவளது கைகளை விடுவித்தவன். ''இப்ப சரியா'' என்றான். ஆவலும் ஏக்கமுமாய் அவனைப் பார்த்தாள். அவனது கண்கள் அவளை ஊடுருவிக் கொண்டிருந்தது.

''என்ன இப்புடி பாக்கீங்க''

''இப்புடின்னா?''

''ஆங். ஆளையே திங்கிற மாறி''

''ஏன் திங்கக் கூடாதா?'' மௌனம் படர்ந்தது. அவளை வெட்கம் தின்றது. அதற்குமேல் தர்க்கம் செய்ய முடியாமல் நாவும் வறண்டு போனது. அவன் மெல்ல அவள் கைகளைப் பற்றி உள் அறைக்குள் கூட்டிச் சென்றான். அவளும் பதிலேதும் கூறாமல் அவனோடு சென்றாள். சுவற்றோரம் அவளை நிற்க வைத்து தன் கைகள் இரண்டுக்குமிடையே அவளைச் சிறைபிடித்தான். அவள் மேல் பட்டும் படாமலும் நெருக்கமாய் நின்றான். அவள் முடிகளைக் கோதி அவளது காதின் இடுக்குகளில் சொருகியபடி அவள் கண்களை உற்று நோக்கினான். அவள் தன்னையுமறியாமல் வேகமாய் மூச்செறியத் துவங்கினாள். அவளது இமைகள் திரையிடத் துவங்கின. அவன் தனது கைகளைக் கொண்டு அவளது கன்னங்களைப் பற்றி தன்னருகே கொண்டு சென்றபோது, அவள் தன் கைகளால் அவனது கரங்களைப் பற்றிக்கொண்டாள். அவனோ உதடுகளால் அவளைப் பற்றிக்கொண்டான். தேனெடுக்கும் வண்டுகளாய் மாறிப்போனார்கள். காலம் அவர்களை விட்டுச் சென்றது.

ஒரு வழியாய் மீண்டும் காலம் பற்றி நினைவுகள் மீண்ட போது, மொழிகள் அழிந்து மௌனத்தின் சர்வாதிகாரம் கோலோச்சி இருந்தது.

தன்னை விடுவித்து கொண்டு நகர முயற்சித்தவளை பற்றி இழுத்து மீண்டும் அணைத்துக் கொண்டான். முதலில் திகைத்தவள். அவனே எதிர்பாரா வண்ணம் அவனை அழுத்தமாய்ப் பற்றி. இறுக அணைத்து அவனது கழுத்தில் வேகமாய் முத்தமிட்டாள். அவனது பிடிகள் தளர. தன்னை விடுவித்துக் கொண்டு. சிறகசைத்துப் பறக்கத் துவங்கினாள். பட்டாம்பூச்சியாய்!!!

காலத்தின் ஒவ்வொரு நொடிக்குள்ளும் புதைந்து போயிருக்கும் நமக்கான ஆச்சர்யங்களையும், அதிசயங்களையும் நமது அறியாமையால் எதிர்கொள்ளும் போதே வாழ்க்கை சுவாரஸ்யமானதாய் போகிறது. எதிர்காலத்தின் ரகசியங்கள் கட்டுடைக்கப் படுமாயின் வாழ்க்கை பாரமாகிப் போகும்.

10

மாதா கோயிலில் திருவிழா நடக்கும் பத்துநாள் மாலையும் மக்கள் வெள்ளத்தால் கோயிலே அல்லோலகல்லோலப் படும். குடும்பம் குடும்பமாய் மாலை ஆசீர்வாதத்தைப் பார்த்துவிட்டு பீச்சு ரோட்டில் நீண்ட வரிசையாய் போடப்பட்டிருக்கும் கடைகளுக்கு போகவும். சவேரியானா மைதானத்தில் மாதா கோவில் திருவிழாவையொட்டிப் போடப்படும் பொருட்காட்சியைக் காணவும். கோயில் காம்பவுண்டிற்குள் அமர்ந்தவாறு அன்றன்று நடந்தேறும் பள்ளி, கல்லூரி மாணவர்களின் கலைநிகழ்ச்சிகளைக் காணவும், உறவினர்களோடும், நண்பர்களோடும் சேர்ந்து குதுகலிக்கவும். மக்கள் கூட்டம் தினமும் அலைமோதும்.

பிரிந்த உறவுகளுடன் முறுக்கித் திரியவும், அலங்கார ஆடம்பரத்தோடு பவுசைக் காட்டவும், திருமணங்களுக்கு வரன்கள் கூடவும், ஊர்வம்பை உற்சாகமாகப் பேசவும். என வேறு சில காரணங்களுக்கும் கூடுவோர் உண்டு. காரணங்கள் எதுவாக இருந்தாலும் பல்வேறு தரப்பட்ட மக்கள் ஓரிடத்தில் வருடத்தின் இந்தப் பத்து நாட்களிலாவது ஒன்றாய்க் கூடுவதென்பது எத்தனை மகிழ்ச்சியானது. தொலைக்காட்சிகளுக்குப் பின்னால் துண்டாடப்பட்ட இந்தச் சமூகத்தை. தனித்தனித் தீவுகளாய் மாறிப்போன வீடுகளில் வாழும் இந்தக் காலத்து மனிதர்களை ஒன்றிணைக்கும் வல்லமை ஒன்றிற்காவது பனிமய மாதாவை நாம் வணங்குவதில் தவறில்லை .

ஏனெனில் மிகப்பெரும் சர்வாதிகார அரசுகள் எல்லாம் கூட அச்சம் கொள்வது மனித சங்கமிப்பைக் கண்டுதான். மக்கள் சங்கமிப்பது ஆட்சியாளர்களைக் கலவரப்படுத்தும். இதுவரை உலகில் நடந்தேறிய மாபெரும் மாற்றங்கள் எல்லாம் மனித சங்கமத்தாலேயே சாத்தியமானது. பலதரப்பட்ட மனிதர்களை ஒற்றை நோக்குடன் ஒன்று கூட்டிவிட்டால் இங்கு எல்லா மாற்றங்களும் சாத்தியமாகும். இயேசு பிரானைக் கண்டு அஞ்சவில்லை ஏரோது மன்னனின் மதக்குருமார்கள். அவர்கள் அஞ்சியது அவர் பின்னால் கூடிய கூட்டத்தை. இயேசு நாதரில் ஆரம்பித்து. கரம் சந்த் காந்தி வரை மாற்றங்களை சாத்தியமாக்கியது அவர்களல்ல. அவர்கள் பின்னால் அணிவகுத்த அறியாமை நிறைந்த மனித சங்கமங்களே.

பிரவீணும் அவனது குடும்பத்தாரும் ஆசீர்வாதம் முடிந்து கோயில் மணிக் கூண்டிற்கு அருகே வெளியே உட்கார்ந்திருந்தனர் ஸ்வீட்டியும், பிரவீணும் ஒருவரையொருவர் பார்த்துக் கொண்டார்களே தவிர இருவரும் பேசிக் கொள்ளவில்லை. அந்த மௌனப் பார்வை இருவருக்குமே பிடித்திருந்தது.

ஜோசப் ''ஏன்யே, இப்படியே உக்காந்திருக்கீக. அப்படியே ஒரு சுத்து போயிட்டு வரலாம்ல'' என்றார்

''நீங்க கூட்டிட்டு போனா நாங்க ஏன் வர மாட்டோம்னா சொல்றோம்'' சோபியா.

''எனக்குக் கொஞ்சம் வேல இருக்குயே. பிரவீன்தான் இருக்கான்ல? நீங்க எல்லாம் போயிட்டு வாங்க''

''ஏன் உங்களுக்கு என்ன இந்நேரத்துல வேல?''

''நம்ம வின்செண்டை க் கூட்டிட்டு ஒரு எடத்துக்கு போவனும் பாத்துக்க''

''நீங்க ஒரு எடத்துக்கும் போக வேண்டாம். நீங்க போனா எங்க போவீங்கன்னு தெரியும். அதனால எங்க கூடயே வாங்க''

''இவ ரொம்ப கண்டா. போயிட்டு வான்னா. ஏட்டிக்குப் போட்டி பேசிக்கிட்டு''

''இரண்டு நாளா மருமகப்புள்ள வந்திட்டார்னு சும்மாதான கெடந்தீங்க. அந்தக் கருமத்த குடிக்க முடியாம இப்ப தூக்கிப் போட்டு உதையுதாக்கும்?''

''இவ ஒருத்தி என்னத்தையாவது ஔரிக் கொட்டிக்கிட்டு. போய்யே போ''

''நா போத்தான் போறேன். நான் போனாத்தான் என் அரும உங்களுக்குப் புரியும்''

கொஞ்சம் கொஞ்சமாய் இருவருக்குமிடையே ஆரம்பித்த வாக்குவாதம் சண்டையாகிப் போனது. இதைப் பார்த்து கொண்டிருந்த ஜொஸி. ''ஏ புள்ளைகளா, என்ன பேச்சு பேசுறீங்க ரெண்டு பேரும்? சின்னஞ் சிறுசுக கணக்கா சண்ட போட்டுகிட்டு. எல அய்யா ஜோசப்பு நீ எங்கையும் போக வேண்டாம் கேட்டியா''

''எம்மா நீங்க வேற. சும்மா இருங்க என்ன?''

''விடுங்கத்த, இவருக்கு நம்மள விட அதுதான் முக்கியோம். தான் புடிச்சா புடிச்ச புடிதான்''

''மாமா. நீங்க இப்ப எங்கையும் போக வேண்டாம். முதல்ல நாம சுத்திப் பாப்போம். பிறகு இவங்கள வீட்ல விட்டிட்டு நானே உங்களக் கூட்டிட்டு போறேன் சரியா?'' பிரவீன் இப்படிச் சொன்னதும் சோபியா வாயடைத்துப் போனாள். இதுவரை அமைதியாய் இருந்த ஸ்வீட்டியின் கண்கள் தான் ஆங்காரத்தில் மின்ன ஆரம்பித்தது. பிரவீன் அவளை கவனிக்கவே செய்தான்.

தன் அத்தை சோபியாவை பார்த்து. ''எத்த நீங்க தப்பா நெனச்சுக்காதீங்க.மாமாவ ரொம்ப குடிக்க உட்டுறமாட்டேன். எப்படி கூட்டிட்டு போறேனோ அப்படியே கூட்டிட்டு வர்றேன்''

‘‘இல்லய்யா. கொஞ்சமா குடிச்சமா விட்டமான்னு இருக்க மாட்டாருய்யா. இவுருக்கு பாட்டில் மூடிய தெரக்கத்தான் தெரியும், மூடத் தெரியாதுய்யா. தனக்கு மிஞ்சிக் குடிச்சிட்டு அந்தக் கெடையா கெடப்பாரு. அதுக்குத்தான் வேண்டாங்கிறேன்’’

‘‘சரித்த. மாமாவ கூட்டிட்டு எங்கையும் போகல. நானே போய் வாங்கிட்டு வந்து நம்ம ஆச்சி வீட்டு மாடில வச்சு சாப்புடுறோம் சரியா?’’

அவளுக்கு அதில் பெரிதாக விருப்பம் இல்லையென்றாலும் பிரவீனின் பேச்சுக்குக் கட்டுபட்டவளாய் அமைதியாகிப் போனாள். ஒருவழியாய் எல்லோரும் கிளம்பி கடைத் தெருவுக்குப் போனார்கள். ஸ்வீட்டி மாத்திரம் அவனை முறைத்துக் கொண்டு கோபத்துடன் யாருடனும் பேசாமல் நடந்து சென்றாள்.

டில்லி அப்பளமும், அவித்த கடலையும் வாங்கினான். ஸ்வீட்டியிடம் அப்பளத்தை நீட்டவும் ‘‘நான் ஒண்ணும் சின்ன பப்பா இல்ல, அப்புளோம் சாப்பிட’’ என விறைத்தாள்.

‘‘ஏட்டி உனக்கு என்ன ஆச்சு உன் ஆத்தா பேயி உம்மேல ஏறிக்கிச்சோ?’’ என சிடுசிடுத்தார் ஜோசப்.

‘‘ஆமோ எங்க ஆத்தா பேயிதான். இப்ப அதுக்கு என்னங்குறீங்க?’’

‘‘அடிச் செருப்பால வாய்க்கு வாய் பேசிக்கிட்டு’’

‘‘மாமா நீங்க சும்மா இருங்க. அவ ஏதோ விளாட்டுக்கு பேசுறா?’’

‘‘நீங்க யாரு எனக்கும் எங்க அப்பாவுக்கும் நடுவுல?’’ என அவள் பேசி முடிக்கும் முன்பே அத்தனை பெரிய கூட்டத்திலும் ஜோசப்பின் கை அவள் கன்னத்தைப் பதம் பார்த்தது. அவமானத்தால் துடித்து அழுது. அங்கேயே அமர்ந்து விட்டாள்.

‘‘இவுருக்குக் கொஞ்சம்கூட அறிவே கெடையாது. வயசுக்கு வந்த புள்ளய நாலு பேரு முன்ன இப்படியா அடிக்கிறது?’’ எனச் சோபியா

சொன்னதும் தன் தவறை உணர்ந்தவராய் ஜோசப்பும் அமைதியாகிப் போனார். பட்டென்று அவர்களை சுற்றி ஒரு கூட்டமும் கூடத் துவங்கவே, மேற்கொண்டு யாரும் பேசாமல் நிலைமையைப் புரிந்தவர்களாக அங்கிருந்து நடக்கத் துவங்கினார்கள்.

வீட்டிற்குச் சென்றதும் துணிகளைக் கூட மாற்றாமல் ஸ்வீட்டி போய் படுத்துக் கொண்டு விம்மத் துவங்கினாள். சோபியாவும், ஜொஸியம்மேவும் அவள் அருகே அமர்ந்து கொண்டு அவளை சாமாதானப் படுத்த முயற்சித்துக் கொண்டிருந்தார்கள்.

பிரவீணும், ஜோசப்பும் அவர்களை வீட்டில் இறக்கி விட்டுவிட்டு மது அருந்த ஹோட்டல் ஜோனிக்குச் சென்றார்கள். மங்கலான விளக்கொளியில் சிகரெட் நெடி ஏ.சி குளிரில் உலவ, தடுப்புகளுக்கிடையில் போடப்பட்டிருந்த சோபாவில் இருவரும் தங்களை இருத்திக் கொண்டார்கள். ஆர்டர் எடுக்க பேரர் இவர்களை நெருங்கிய போது, ''என்ன மருமகனே என்ன சாப்புடுவீங்க? பீரா? இல்ல மத்தெதா?''

''மாமா உங்களுக்கு..?''

''நமக்கு எப்பவும் எம்.சி.பிராந்தி தான்...''

''ஆளுக்கு மூணு எம்.சி. லார்ஜ்... மாமா தண்ணி தானே? இல்ல சோடா... எதாவது?''

''தண்ணிதான்...''

''சரி... ஒரு லிட்டர் கூல் வாட்டரும்... ஒரு லெகர் சோடாவும்...''

''சார் சைட் டிஷ் என்ன வேணும்?''

அவன் தன் மாமனைப் பார்த்தான். அவரோ ''அதெல்லாம் ஒண்ணும் வேண்டாம். நீங்க வழக்கமா குடுக்குறத மட்டும் குடுங்க'' அவர் தலையாட்டியவாறே சென்று விட்டார்.

பேரர் மீண்டும் வந்து அவர்கள் கேட்டதை சப்ளை செய்யும் வரை அவர்கள் இருவரும் எதுவும் பேசிக் கொள்ளவில்லை. பிரவீணுக்கு

இன்னும் அதிர்ச்சி அடங்கவில்லை 'அவளா இப்படிச் சொன்னாள்?' என்றே அவனுக்குள் தோன்றிக் கொண்டிருந்தது. மாதா கோயிலில் வைத்து பேசும்போது கூட அவன் அன்று மது அருந்துவதாய் முடிவு செய்யவில்லை. தன் மாமனுக்கு மட்டும் வாங்கிக் கொடுத்துவிட்டு சும்மா பேசிக் கொண்டிருக்கவே அவன் விரும்பினான். அவளைக் கலவரப்படுத்தவே தானும் குடிக்க வருவதாய் அப்போது சொல்லி வைத்தான். ஆனால் அவள் அப்படி பேசியதும் இப்போது வீம்புக்காகக் குடிக்க வந்து விட்டான்.

''எய்யா... அந்தக் கழுத பேசுனத நீ தப்பா எடுத்துக்காத''

''ச்சே... நீங்க என்ன மாமா... ஆனாலும் நீங்க அவள அடிச்சிருக்கக் கூடாது...''

''அது இல்லய்யா. உன்னைய நீ யாரு கேக்குறதுக்குன்னு அவ கேட்டவுடனே எனக்கு தாங்க முடியலைய்யா. நீ எம் மருமவன். என் அக்கா பெத்த மவன்'' என்றபடி பாதியில் நிறுத்தியவர் ஒரு லார்ஜை படக்கென்று ஒரே மடக்கில் குடித்து முடித்தவர் ''அவ எப்படிய்யா கேக்கலாம்? நான் மாமன் இப்ப சொல்றன். இங்க வச்சு அத பேசக்கூடாது. சரி! விடுய்யா''

''மாமா சும்மா இருங்க. முடிஞ்சு போனதப் பத்தி பேசிக்கிட்டு...''

''எதுய்யா முடிஞ்சு போச்சு. எதுவும் முடியல. இதுல கொஞ்சம் தண்ணி ஊத்துங்கய்யா'' என்றபடி அடுத்த லார்ஜை நீட்டினார். அவன் அதில் தண்ணியை ஊற்றிக் கொண்டே ''என்ன மாமா? ஏன் இவ்ளோ வேகமா குடிக்கீங்க?''

அவர் பதிலேதும் பேசாமல் முதல் ரவுண்டைப் போல அடுத்ததையும் காலி செய்தவர். அங்கு வைக்கப்பட்டிருந்த பொரிகடலையைக் கொஞ்சம் அள்ளி வாயில் போட்டுக் கொண்டார்.

''என்னய்யா அது? என்ன மாதா கோயில் தீத்தமா...? சும்மா வச்சு பாத்துகிட்டு இருக்க குடிய்யா''

அவரையே பார்த்துக் கொண்டிருந்த பிரவீன் உணர்வு மீண்டவனாய் ''ஆங் சரி மாமா...'' என்றபடி அவன் தன் லார்ஜைக் கொஞ்சம் சுவைத்து விட்டு வைத்தான்.

''என்னே மருமவனே? சின்னப் புள்ள பால சப்புன மாறி நக்கி நக்கி குடிச்சிகிட்டு'' அவர் அப்படி சொல்லி முடிக்கவும் மீதத்தை ஒரே மடக்காக அடித்து முடித்தான்.

''ஆங்... இப்புடி சாப்பிடுவியா... அத வுட்டிட்டு...'' என்றபடி கொஞ்சம் மிக்சரையும் அள்ளி வாயில் போட்டுக்கொண்டார்.

பிரவீன் இதற்கிடையில் தனக்கு அடுத்த லார்ஜை ஊத்திக் கொண்டு சுவைக்கப் போனவன் கடைசி நொடியில் தன் முடிவை மாற்றிக் கொண்டு வேகமாய் அருந்த முயற்சிக்க. அது புரையேறித் தொலைத்தது. ஜோசப் பதறியவறாக அவன் தலையைத் தட்டியவாறு ''பாத்துய்யா பாத்து, பேசுறதையும் பேசிட்டு அவதான் நெனைக்கா போல'' என நிறுத்தியவரை பிரவீன்அர்த்ததோடு பார்த்தவுடன் '' எனக்கு எல்லாம் தெரியும்யா. நீ எம் மருமவன்... ஒன் வயசக் கடந்து தான நானும் வந்திருக்கேன். அதான் எனக்கும் ஆச்சர்யம் மச்சான் மச்சாண்டு கெடந்தவ எப்படி படக்குனு அப்படி பேசுனான்னு?''

பிரவீன் அவர் பேசுவதை அமைதியாய் கேட்டுக் கொண்டிருந்தான். அவர் ஒவ்வொரு லார்ஜுக்கும் கொஞ்சம் எக்ஸ்டிரா லார்ஜாகவே பேசிக் கொண்டே போனார். பிரவீன் நான்கு லார்ஜோடு நிறுத்திய பின்னும் அவர் ஆறு லார்ஜ் வரை போய் ஒரு ஸ்மாலுக்கு அடிபோட்டுப் பார்த்தார். அதற்கு மேல் அவரை விட்டால் முதலுக்கே மோசமாய்ப் போய், அவரைத் தூக்கிச் செல்ல வேண்டிய நிலைக்கு ஆளாகிப் போவோம் என உணர்ந்தவனாய் அவரது நச்சரிப்பையும், அன்புத்தொல்லைகளையும் மீறி பில்லுக்கு ஆர்டர் கொடுத்து கணக்கை முடித்தான்.

ஒருவழியாய் இருவரும் வீடு வந்து சேர பதினோரு மணிக்கு மேலாகி விட்டிருந்தது. கதவை உள்தாழிடாமல் சோபியாவும்,

ஸ்வீட்டியும் தூங்கி இருந்தபடியால் ஜோசப்பை ஒருவாறு வீட்டுக்குள் தள்ளிவிட்டு விட்டு அவன் தன் பாட்டி வீட்டு கதவைத் தட்டினான். ஜோசியம்மே அவனுக்காக தூங்காமல் காத்திருந்தாள்.

''மாமனும், மருமவனும் நல்லா குடிச்சு கூத்தடிச்சிட்டு வந்திருக்கீய என்னல...?''

''அதெல்லாம் ஒண்ணுமில்ல ஆச்சி. நான் கொஞ்சமாத்தான் அடிச்சேன். உங்க மவன் தான் யம்மாடி ஆளே மட்டையாகிப் போயிட்டாரு''

''கழுத விட்டைல முன்விட்ட வேற பின்விட்ட வேறையா இருக்க போகுது? இந்த ஆச்சி உங்கிட்ட கேட்டுக்குறதெல்லாம் ஒண்ணே ஒண்ணுதான். மறுபடியும் குடிக்காதய்யா. எனக்காக இல்லாட்டினாலும் உம் மாமன் மவ ஸ்வீட்டிக்காகவாவது இந்தக் கருமத்தை இன்னையோட விட்டிருய்யா''

''போங்க ஆச்சி. எனக்கும் உங்கள விட்டா யாரு இருக்கா?''

''என்ன அப்புடி சொல்லிட்டியரு. அந்த சின்னக் குட்டிக்கு உம்மேல அவ்ளோ பிரியம். அத அப்படி நெனைகாதய்யா''

''அப்ப ஏன் அப்படி சொன்னா...?

''எய்யா ராசா. அத இத போட்டு மனச அலட்டிக்காத. ஆச்சி சொல்றங் கேளு. நீங்க ரெண்டு பேரும் ரொம்ப காலத்துக்கு நல்லா இருப்பீகய்யா. அவளுக்கு உம்மேல கோவமே நீ தண்ணியடிப் பேன்னு சொன்னது தான். சின்னப் புள்ள இல்ல, அவளுக்கு அத எப்புடி பக்குவமா உங்கிட்ட சொல்றதுன்னு தெரியல. நாளக்கே பாரு மச்சான்னு வந்து நிக்காளா இல்லையான்னு''

அவள் ஏதேதோ பேசி அவனை ஒருவாறு சமாதானப்படுத்தி தூங்கச் செய்தாள். 'ஆத்தி எம்புள்ளையலுக்கு யார் கண்ணு பட்டிச்சோ...' என எண்ணிக் கொண்டவள் மறுநாள் விடிய சுத்தி போட வேண்டும் என எண்ணியவாறு அவளும் தூங்கப் போனாள்.

11

2010, ஜூலை 29...

ஸ்வீட்டி தூங்கிக் கொண்டிருந்தாள். ஜோசப் தன் மகளருகே அமர்ந்து அவளது தலையை தடவிக் கொடுத்துபடி அவளை வாஞ்சையாய் பார்த்துக் கொண்டிருந்தார். ‘தான் எப்படி அவ்வளவு மூர்க்கத்தனமாய் முந்தைய தினம் தனது செல்ல மகளிடம் நடந்து கொண்டோம்?’ என எண்ணியபடி தன்னையே திட்டிக் கொண்டார். வழக்கமாய் அப்படி அவர் நடந்து கொள்கிறவர் அல்ல. அவருக்கு ஸ்வீட்டி ஒரே மகளென்பதால் அவள்மீது அளவு கடந்த பிரியமும் பாசமும் உண்டு. இத்தனை ஆண்டுகளில் அவர் இப்படி நடந்து கொண்டது இதுவே முதல்முறை. எத்தனை கோபமாக இருந்தாலும் அவளை திட்டுவாறேயன்றி கை நீட்டியதில்லை.

சோபியா தற்செயலாய் விழித்தவள், தன் கணவனைக் கண்டதும் எழுந்து அமர்ந்து தன் தலைமுடியை வாரிச் சுருட்டி கொண்டையிட்டவாறே எழுந்த குரலில் ‘‘முட்டாத்தனமா நடப்பானேன். இப்படி தலையத் தடவிட்டு இருப்பானேன்’’ என்றாள்.

‘‘இல்லய்யே... எம்மவள அடிக்கணும்னா அடிப்பேன். ஏதோ சாத்தான் புத்தியில மதியிழந்து நடந்திட்டம்யே’’

‘‘நேத்து புள்ள எப்புடி ஏங்கிப் போயிட்டா தெரியுமா? ஆனா உங்கள மாறியே அழுத்தக்காரி. அப்பனும் மவளும் சண்ட

போட்டுக்கிட்டீக பேவுள்ள எங்கிட்டபேசமாட்டேன்னு நின்னுட்டாளே. அப்படியே சாப்புடாம கொள்ளாம தூங்குனவ தான். உங்களுக்கென்ன கவல நீங்க நல்லா உங்க மருமவன் கூடப்போயி கூத்தடிச்சிட்டு வந்திட்டீக...''

''காலங்காத்தால ஆரம்பிக்காத தாயி''

அவள் முணுமுணுத்தபடியே எழுந்து சென்றாள். தூக்கம் கலைந்து விழித்த ஸ்வீட்டி தன் தந்தை தன்னருகே அமர்ந்திருப்பதைப் பார்த்தவுடன் மெல்ல தன் தலையை மட்டும் நிமிர்த்தி அவரது மடியில் படுத்துக் கொண்டாள்.

''அப்பா உன்னைய ரொம்ப கலங்க வச்சிட்டனோ.? ஸாரிம்மா...'' என்றபடியே அவளது தலையை வாஞ்சையாய் அழுத்தினார்.

''விடுப்பா. எனக்கு தலையெல்லாம் ரொம்ப வலிக்கு. நான் இன்னக்கும் காலேஜ் போலப்பா.''

''நேத்தும் போலியேம்மா. ஏதாவது சொல்லிரப் போறாங்க.''

''அப்பா ப்ளீஸ்பா... இன்னக்கு ஒருநாள் மட்டும்பா...''

''சரிடா எந்தங்கம்...''

ஜொஸியம்மே பூசை முடிந்து வந்து காலை சிற்றுண்டியும் தயார்செய்து விட்டிருந்தாள். பிரவீன் விழித்திருக்கவில்லை. அவளுக்கும் அவனை எழுப்ப மனமில்லாமல் அங்குமிங்குமாய் அலைந்த வண்ணமிருந்தாள். முந்தைய நாள் நிகழ்வுகள் அவளுக்குள் ஒரு இனம்புரியாத கவலையை அளித்துக் கொண்டிருந்தது. நேரம் பத்து மணியை நெருங்கிவிட்டிருந்த படியால் அவனை எழுப்பிவிடலாம் என முடிவு செய்தபடி அவனருகே சென்றாள். அப்போது ''ஆச்சி...'' என்றபடி ஸ்வீட்டி வீட்டுக்குள் நுழைந்தாள். நேற்றைய சோர்வுகள் எதுவும் அவளிடம் தென்படவில்லை. நீல நிறத்தில் ஸ்கொர்ட்டும் டாப்ஸும் அணிந்திருந்தாள். டாப்ஸ் வஞ்சகமில்லாமல் வளைவு

நெழிவுகளில் பயணித்து அவளது உடலை இறுகி அணைத்துக் கொண்டிருந்தது. இயல்பான துள்ளலுடன் இருந்தாள்.

''வாம்மா. எஞ் சீதேவி. எங்க ஆத்தாளுக்கு கோவமெல்லாம் தணிஞ்சிருச்சா?''

''மச்சான எங்க?''

''இன்னும் எந்திக்காம தூங்குறானேன்னு இப்பதான் எழுப்ப போனேன்... நீ வந்திட்ட...''

''ஆச்சி நீங்க போங்க. நானே மச்சான எழுப்புறேன்''

அவள் உள்ளே வந்ததுமே பிரவீன்தூக்கம் கலைந்திருந்தான். ஆனாலும் தூங்குவது போலவே படுத்திருந்து கொண்டே அவர்கள் பேசுவதைத் கேட்டுக்கொண்டிருந்தான்.

''சரித்தா. நீயே ஒன் நொச்சான எழுப்பு...'' என்றபடி ஜொஸியம்மே கிச்சனுக்குள் சென்றாள். ஸ்வீட்டி பிரவீன் அருகே அமர்ந்து கொண்டாள். அவன் கைகள் இரண்டும் தலையனையை அணைத்தபடி குப்புற படுத்து தலையை வலப்பக்கம் வைத்திருந்தான். அவள் குனிந்து அவன் காதருகே சென்று ''பிரவீன் எழும்புடா'' என்றாள். அவன் தூங்குவது போலவே பாசாங்கு செய்தபடி தன் தலையை மட்டும் இடப்பக்கம் திருப்பியபடி படுத்துக் கொண்டான். அவளுக்குப் புரிந்து போனது, அவன் விழித்து விட்டானென. இப்போது அவள் தனது முடிகற்றையைக் கொஞ்சம் எடுத்து அவன் மூக்கின் அருகே கொண்டு செல்லவும், அவன் பட்டென்று மல்லாந்து திரும்ப. அவளது முலைகள் ரெண்டும் அவன் முகத்தில் மோத அவளைப் படுத்தபடியே அணைத்துக் கொண்டான்.

''ஏய்... திருட்டுப் பூன... விடுடா...'' என்றபடி அவள் திமிரவும் அவன் மீண்டும் அவளை இறுகப் பற்றிக் கொண்டான். தற்செயலாய் அறையின் உள்ளே நுழைந்த ஜொஸியம்மே இந்த பிரிமனை திரிப்பைக் கண்டு திகைத்து பதறிப் போனாள். பட்டென்று வந்து

ஸ்வீட்டியின் முதுகில் செல்லமாய் ஒரு அடியை போட்டபடி ‘‘ஏய்! கழுத எழும்புடி’’ என அவள் சொல்லவும் பிரவீன் பதறிபோனவனாய் அவளை விடுவித்தான்.

அவள் சற்று தள்ளி விலகிச் சென்று நின்றபடி ‘‘ஆச்சி... நான் மச்சான எழுப்பதான். வந்தேன். மச்சாந்தான்’’ என படபடப்பு அடங்காதவளாய் பேசினாள்.

‘‘அய்யோ ஆச்சி, நீங்க நெனச்சித்தான் நான் அப்படி பண்ணிட்டேன்’’ என பிரவீனும் உளறிக் கொட்டினான்.

‘‘கெழவிக்கும் கொமரிக்கும் வித்தியாசம் தெரியலையாக்கும். நல்லா சொல்லுவீரே?’’

‘‘அப்படி கேளுங்க ஆச்சி’’

‘‘என்ன நோளுங்க ஆச்சி? நீ இதுக்குதான் காலேசுக்குப் போவாம இங்கனையே குட்டி போட்ட பூன மாறி சுத்துறியாக்கும்?’’

‘‘ஆமோ. ஒங்க பேரம் பெரிய மன்மத குஞ்சு. நான் அலையறதுக்கு?’’

‘‘அடி செருப்பால. எம் பேரனுக்கு என்ன கொறடி? ஏழு கடல்தொறையில தேடுனாலும் இப்படி ஒரு ராசா உனக்கு கெடப்பானாக்கும்?’’

‘‘ஆங். ரொம்ப பவுசுதான்!!! காக்கா வந்து தூக்கிட்டுப் போயிறபோது. பத்திரமா பொத்தி வச்சிக்குங்க’’

‘‘ஏய் வா கிழிஞ்ச கொமறி வந்தேன் இப்போ’’ என்றபடி ஜொஸியம்மே அவள் பக்கமாய் போகவும் ‘‘வெவ் வெவ்வே’’ என அளவம் காட்டியபடி ஓடியே போனாள் ஸ்வீட்டி.

‘‘பண்றதெல்லாம் பண்ணிட்டு நீமரு என்ன உக்காந்து போஸ் குடுத்துட்டு இருக்கியரு. போயி பல்ல வெளக்கிட்டு சாப்பிட வாரும்’’ என பிரவீனைஎழுப்பி கிளம்பச் செய்தாள்.

ஸ்வீட்டியால் அவளது வீட்டில் அன்று ஒரு ஐந்து நிமிடம் கூட சேர்ந்தாற் போல் இருக்க முடியவில்லை. அவள் பிரவீணையே சுற்றிச் சுற்றி வந்து கொண்டிருந்தாள். முந்தைய தினத்தின் கசப்புகளெல்லாம் சுவடுகள் தெரியாமல் அவளுக்குள் அழிக்கப்பட்டிருந்தது. சின்னச் சின்ன ஊடல்களுக்குப் பிறகு ஏற்படும் அந்தக் கூடல்கள் அத்தனை ஆத்மார்த்தமானவை. நாம் நமது பிரியத்துக்குரியவர்களை எவ்வளவு நேசிக்கிறோம் என்பதை அதன் ஒவ்வொரு கணமும் நமக்கு உணர்த்தும். ஆம்!! இனிப்பின் சுவை கசப்பை சுவைத்தவனுக்கே தெரிவது போல்.

மாலை 5.00 மணி...

அழகான கரும்பச்சை நிற சுடிதார் அணிந்து தன் தந்தை ஜோசப்பிடமிருந்து அவரது இருசக்கர வாகனத்தின் சாவியையும் வாங்கிக் கொண்டு வந்து நின்றாள் ஸ்வீட்டி.

''மச்சான் கெளம்புங்க... வெளியில போவணும்?''

''எங்கையே கிளம்பணும்?''

''கிளம்புங்க சொல்றேன்...''

''எங்கடி எம் பேரன கிளம்பச் சொல்ற..?''

''கெழவி, இங்க யாரும் உங்ககிட்ட பேசல. மச்சானக் கூட்டிட்டு எங்கையாவது போவேன். உங்களுக்கு என்ன?''

''போவடி போவ... அதெல்லாம் அவன் உங்கழுத்துல தாலியக் கெட்டுன பெறவு போ. இப்ப உங்கப்பன கூட்டிட்டு போ''

''எங்களுக்கு எல்லாம் தெரியும். எங்க அப்பாகிட்டயும் சொல்லியாச்சு தெரியுதா?'' என்றபடி ஜோசப்பின் பைக் சாவியை ஆட்டிக் காண்பித்தாள்.

''எம்மா'' என்றபடியே ஜோசப்பும் உள்ளே வந்தார்.

''வாய்யா, இந்த வாயாடி பேவுள்ள என்னமோ சொல்றாளே என்னன்னு கேளு?''

''எம்மா. அதெல்லாம் ஒண்ணுமில்லமா. அவ ரெண்டு நாளா காலேஜுக்குப் போல இல்லையா. அதான் ரொமிளா வீட்டுக்குப் போயி ஏதோ பாடம் கேட்டிட்டு வாரேன்னு சொன்னா. அதான் போயிட்டு வான்னு சொன்னேன்''

''அதுசரி அதுக்கு எதுக்கு இவனக் கூப்புடுறா?''

''அவ தனியா எப்படிப் போவா? பிரவீணையும் கூட்டிட்டு போன்னு சொன்னேன்''

''எல கூறுகீறு கெட்டுப் போச்சா உனக்கு? ஒண்ணு நீ கூட்டிட்டு போவணும், இல்ல ஒம்பொண்டாட்டிய போவச் சொல்லணும். அத வுட்டிட்டு சின்னஞ் சிறுசுகள ஒண்ணா போவச் சொல்றியே? ஊர் நாலு பேசும்னு வேண்டாமா?''

''என்னமா நீங்க. எந்தக் காலத்துல இருக்கீங்க? ஊரு பேசும் கூறு பேசும்ட்டு''

''நீயும் ஒம்மவ கூட சேந்துகிட்டு ஆடுனா அவளுக்கு நல்ல கொண்டாட்டமாத்தான் கெடக்கும். நான் சொல்றத சொல்லிட்டேன். அப்புறம் நீயாச்சு, உம்மவளாச்சு, உம்மருமவனாச்சு...'' என சொன்னவளுக்கு காலையில் தான் கண்ட காட்சி ஏனோ நினைவில் வந்து நிழலாடிச் சென்றது.

பிரவீன் கிளம்பி பைக்கை ஸ்டார்ட் செய்ய அவள் அவன் பின்னால் ஏறி அமர்ந்து அவனது தோள்களைப் பற்றிக்கொண்டாள்.

வண்டியை ஓட்டிய படியே பிரவீன் ''எனக்கு உம் பிரண்டு வீடு தெரியாது. எப்படி போவணும்னு சொல்லு?''

''பிரண்டு வீட்டுக்கெல்லாம் பெறவு போய்க்கிறலாம். இப்ப நீங்க எங்கையாவது போங்க. மச்சான்''

பைக்கைச் சட்டென்று நிறுத்தியவன் அவள் பக்கமாய் திரும்பி ''ஏய்!! விளாடுறியா? எங்கையாவதுன்னா எங்க போவ?''

''மச்சான் மொதல்ல வண்டிய எடுங்க. நடுரோட்ல நிப்பாட்டிகிட்டு''

அவன் மெல்ல வண்டியை ஓட்டியபடி ''எங்கடீ போவனும்?''

''மச்சான் பீச்சுக்குப் போவமா?''

''பீச்சுக்கா? தேவையில்லாம பிரச்சனைய வெலக்கு வாங்கச் சொல்றீயா?''

''அதெல்லாம் ஒரு பிரச்சனையும் வராது... போங்க மச்சான் பொட்டப்புள்ள நானே தைரியமா சொல்றேன். நீங்க என்னடான்னு இப்புடி பயப்புடுறிங்க''

''நேரம்டி. சரி எந்த பீச்சுக்கு போகணும்?''

''தூத்துக்குடில தொள்ளாயிரத்தி எட்டு பீச்சா இருக்கு?''

''ரோச் பார்க்கா இல்ல ஹார்பர் பீச்சான்னு கேட்டேன்''

''எது தூரமோ அங்கையே போங்க...''

''நீ வெவரந்தாண்டி...''

''இல்லாட்டி உங்களயெல்லாம் சமாளிக்க முடியுமா?''

அவன் பைக்கைத் திருகி அல்பர்ட் அன்கோ வளைவிலிருந்து பீச் ரோட்டை நோக்கி வண்டியை விட்டான். வண்டி பீச் ரோட்டை நெருங்கியதும் மாதா கோயிலுக்கு மக்கள் ஓரிருவராய் சென்று கொண்டிருப்பது தெரிந்தது. பிஷ்ஷிங் ஹார்பரை வண்டி தாண்டியதும் மக்கள் நடமாட்டம் கொஞ்சம் குறைய துவங்கியது. ஸ்வீட்டி அவனை இன்னும் நெருங்கி அமர்ந்து கொண்டாள். அவனது தோளில் இருந்து தன் கையை எடுத்து அவனது இடுப்பில் படர விட்டுக் கொண்டாள். அவனும் அந்த திடீர் நெருக்கத்தால் கதகதப்படைந்து போனான். அவனது கைகள் வேறுவழியின்றி ஆக்சிலேட்டரை திருக ஆரம்பித்தது. ரோச்பார்க்கையும் அதன் பாலத்தையும் தாண்டி வண்டி விரைந்தது. கடல் நீர் ஒருபக்கமாகவும் உப்பளங்களுக்குச் செல்லும் காயல் நீர்

ஒருபக்கமாகவும் என ரோட்டிற்கு இருபக்கமும் நீரோடிக் கொண்டிருக்க நடுவில் சாலையில் அவளோடு அந்த மாலை நேரத்தில் பைக்கில் அவன் பயணித்தது அழகான ஓவியம் போலிருந்தது.

மாதா கோயில் திருவிழா நேரம்... அதுவும் வியாழன் மாலை என்பதால் பீச்சிலும் அதிக கூட்டம் இருக்கவில்லை. பைக்கை கடலுக்கு அருகே கொண்டு நிறுத்தியவன் அவளோடு கைகோர்த்தபடி கரையோரம் நடக்கத் துவங்கினான்.

அங்கே மாலை மங்கிக் கொண்டிருக்க, வஞ்சியவள் கூந்தலை வருணன் வருட, கதிரவன் மறைய மறுத்து அவள் பொற்கன்னங்களில் தன் வீச்சிழந்த கதிர்களைக் கொண்டு முடியாமல் முகர்ந்து கொண்டிருக்க, அலைகள் வந்து அவள் காலடியை முத்தமிடத் துடிக்க, வங்கக்கடல் ஆர்ப்பரிக்க, ஐம்பூதங்களையும் வென்ற கர்வத்தோட மங்கையவள் கரம்பிடித்து, காற்றிற்கும் பூமிக்கும்மிடையே கால்வைத்து நடக்கத் துவங்கினான் பிரவீன்.

காலம் கொஞ்சம் காலாறத் துவங்க. அங்கே இருவருக்குமான மொழி அவர்கள் கண்கள் வழியே பிறக்கத் துவங்கியது. பின்னிய கரங்கள் நசநசக்க. கோர்த்த விரல்கள் பிசுபிசுக்க. அவர்களது உடல்களில் காந்தவிசை படரத் துவங்கியது. மூளைக்கும் கால்களுக்குமான செய்தித் தொடர்பில் ஏற்பட்ட திடீர் தடங்கல்களால் அவர்களது நடை பாதியில் நின்று போயிருந்தது. ஏதேதோ பேசிக் கொண்டார்கள். இருவரும் சில மனஒப்பந்தங்களும் எடுத்துக் கொண்டார்கள். சின்னச் சின்ன சண்டைகளும், செல்லச் செல்ல சீண்டல்களும் என வார்த்தைகளற்ற அவர்களது மொழியில் நீண்ட சம்பாஷணைகள் நடக்கத் துவங்கின. கொஞ்சம் கொஞ்சமாய் அதுவும் மௌனிக்க களைத்துப் போய் அவன் தோள்களில் அவள் சாய்ந்தாள்.

அவளது தலையைக் கோதியவாறு நினைவடுக்குகளிலிருந்து தமிழை மீட்டவன் ‘‘என்னம்மா’’ என்றான்.

‘‘மச்சான் இப்படியே இறந்திரலாம் போல இருக்கு’’

‘‘ச்சீ... என்ன பேச்சு பேசுற. வாய மூடுடீ’’

‘‘இல்ல மச்சான் ஏதோ பயமா இருக்கு’’

‘‘என்ன பயம் வேண்டிக் கெடக்கு. அதான் நான் இருக்கனே. என்ன மீறி என்ன வரும் உனக்கு?’’

அவள் கண்கள் திடீரென்று பனித்துக் கொண்டது.

‘‘என்ன லூசு மாறி அழுவுற? இதுக்குதான் பீச்சுக்குப் போவோம் மச்சான்னியா?’’

‘‘உங்கள உடனே கல்யாணம் பண்ணிக்கணும்னு தோணுது’’

‘‘நாளைக்கே பண்ணிக்கலாமா?’’

‘‘ம்’’

‘‘அதுசரி. உனக்கு என்னடி ஆச்சு? ஏன் லூஸு மாறியே பேசுற?’’

‘‘இல்ல மச்சான் நேத்து காலைல தான் நாம இரண்டு பேரும் ஒருத்தருக்கு ஒருத்தர் மனசு விட்டு பிரியத்த சொன்னோம். ஆனா சாயந்திரமே நமக்குள்ள சண்டையாகிப் போச்சு’’

‘‘ஏய்!!! லூஸு நம்ம சந்தோஷத்துக்கும் சரி, சண்டைக்கும் சரி நாமதான காரணமே. நாம எதையும் யோசிச்சுப் பேசியிருந்தா நேத்து சண்டையே வந்திருக்காதே’’

‘‘அதெல்லாம் இல்ல மச்சான். எங்கப்பா நான் என்ன செஞ்சாலும் அடிக்க மாட்டாரு. ஆனா பாருங்க நேத்து அவுரு அவ்ளோ பேர் முன்னால யோசிக்காம என்ன கை நீட்டிடாரு? எனக்கு என்னோட சந்தோஷமெல்லாம் நிரந்தரமா இருக்காதோன்னு தோணுது மச்சான்’’

‘‘கண்டதையும் போட்டு மனச கொழப்பிக்காத. வா இருட்டிருச்சு. வீட்டுக்குப் போகலாம்’’ என்றபடி நடக்கத் துவங்கினான். ஏனோ இருவருக்கும் அப்போது மனம் கனத்திருந்தது. மீண்டும் பைக்கில் ஏறியவுடன் அவள் அவன் தோள்களில் சாய்ந்து கொண்டாள். காற்றைக் கலைத்தபடி காதல் பயணம் தொடர்ந்தது.

12

2010 ஜூலை 30...

அன்று ஸ்வீட்டி தன் கல்லூரிக்குச் சென்றிருந்தாள். அங்கு ரொமிளாவிடம் இரண்டு நாட்களும் தனக்கு நடந்த எல்லா விஷயங்களையும் ஒளிவு மறைவு ஏதுமின்றி சொல்லிக் கொண்டிருந்தாள். ரொமிளாவும் ஸ்வீட்டியை சில விஷயங்களுக்குக் கடிந்து கொண்டாலும், அவனுடனான நெருக்கத்தைப் பற்றி ஸ்வீட்டி சொன்ன போது ரொமிளாவுக்குள் கொஞ்சம் பொறாமை எட்டிப் பார்க்கவே செய்தது. ஆனால் அந்த எண்ணமே தன் நட்புக்கு செய்யும் துரோகம் என எண்ணியவளாய் உடனே அதை மாற்றிக் கொண்டு ''உங்க மச்சான் தான்னாலும் கொஞ்சம் பாத்தே நடந்துக்கோயே... எதுவும் அவசரப் பட்டுறாத'' என எச்சரிக்கையும் செய்தாள்.

ரொமிளா அப்படி பேசியது ஸ்வீட்டிக்குப் பிடிக்கவில்லை. தான் எல்லாவற்றையும் அவளிடம் அவசரப்பட்டு ஒப்புவித்து விட்டோமோ எனவும் அவளுக்கு எண்ணத் தோன்றியது. ஆனாலும் ஸ்வீட்டி அதை வெளிக்காட்டிக் கொள்ளவில்லை. ஏதேதோ சிந்தனை வயப்பட்டவளாகவே அன்று முழுக்க கல்லூரியில் இருந்தாள். வீட்டிற்கு போகவேண்டும் என்பதற்காக மதியம் மணி 2.00 எப்போது ஆகும்? என ஒவ்வொரு அரைமணிக்கும் ஒருமுறை நேரத்தைப் பார்த்த படியே இருந்தாள். அவள் எண்ணமெல்லாம் பிரவீணைப் பற்றியதாகவே இருந்தது.

மதியம் மணி 2.00...

வழக்கம் போல் தன்னை அழைக்க தன் தந்தை ஜோசப்தான் வருவார் என சென்றவளுக்கு அங்கே ஆச்சர்யமாய் பிரவீன்அவளுக்காகக் காத்திருந்தது சொல்லொண்ணா இன்பத்தை அளித்தது. தனது தோழி ரொமிளாவுடன் வெளியே வந்தவள், ரொமிளாவுக்கு பிரவீனை அறிமுகம் செய்து வைத்தாள். பிரவீனும் சம்பிரதாயமாக சிரித்து வைத்தான். ஓரிரு நிமிடங்கள் நின்று பேசிய ரொமிளா கிளம்பியவுடன் ஸ்வீட்டி உற்சாகமாக பிரவீனோடு வண்டியில் ஏறியபடி, ''என்ன மச்சான்? ஆச்சர்யமா இருக்கு. இன்னக்கு நீங்களே என்னைய கூப்பிட வந்திட்டீங்க?''

''மாமாவும் அத்தையும் புன்னக்காயலுக்கு ஒரு அடக்க வீட்டுக்குப் போயிருக்காங்க... அதான் நான் கூப்புட வந்தேன்''

''அடக்க வீடா யாரு?''

''யாரோ உங்க அம்மாவோட பெரியம்மா மகளாம். அங்க கெட்டி குடுத்திருந்தாங்களாமே அவுகதான் இறந்து போனதாம்''

''யாரு லூர்து பெரியம்மாவா?''

''ஆமோ அப்படித்தான் எதுவோ சொன்ன மாறி இருந்திச்சு. ஏன் உனக்கு ரொம்பத் தெரியுமோ?''

''இது என்ன கேள்வி? எங்க பெரியம்மாவ எனக்குத் தெரியாதா?''

''அவுகன்னா உனக்கு ரொம்ப பிரியமோ?''

''ஏன் உங்ககிட்ட மட்டுந்தான் பிரியமா இருக்கணுமா என்ன?''

அவன் சிரித்துக் கொண்டான். இருவரும் ஏதேதோ பேசியபடி வீடு வந்து சேர்ந்தனர். ஜொஸியம்மே அவர்களுக்காக வாசலிலே அமர்ந்து காத்துக் கொண்டிருந்தாள். அவர்கள் இருவரும் வீட்டுக்குள் வந்ததும்,

''ஏ!!! புள்ளையளா... ரெண்டு பேரும் முஞ்சிய கழுவிட்டு

சாப்பிடுங்க. ஆச்சி செத்த இங்க கனியம்மா வீடு வரைக்கும் போயிட்டு வந்திர்ரேன்'' என்றாள்.

''என்ன ஆச்சி இந்நேரத்துல அங்க போறீங்க? சாப்புட்டீகளா?''

''சாப்புட்டம்யா... அங்க ஜூட்டாண்ணே (ஜூடு கனியாச்சியின் கடைசி மகன்) பொண்டாட்டிக்கு ஏதோ வயிறு வலி கண்ட மாறியிருக்காம். நான் கொஞ்சம் கூடமாட இருந்தா அவளுக்குக் கொஞ்சம் தைரியமா இருக்கும். ஒரு எட்டுல போயிட்டு வந்திர்றேன். எம்மா ஸ்வீட்டி மச்சானுக்கு சாப்பாட்ட போட்டு கவனிச்சுக்கம்மா'' என்றபடி அவள் கனியாச்சி வீட்டை நோக்கி விரைந்தாள்.

''மச்சான் நீங்க முதல்ல சாப்புட உக்காருங்க''

''ஏன் நீ எங்க போற?''

''கசகசன்னு இருக்கு மச்சான் நான் குளிச்சிட்டு சாப்புடுறேன்''

''சரி. நீ குளிச்சிட்டு வா. பெறவு சாப்பிடுவோம்''

''சொன்னா கேளுங்க மச்சான்''

''நான் சொல்றத நீ முதல்ல கேளு. போயி குளிச்சிட்டு வாடி''

''இந்த அதிகாரமெல்லாம் எங்கிட்ட வேண்டாம்...''

''சரிடி போ''

அவள் தன் வீட்டிற்குக் குளிக்கச் சென்றாள். அரைமணி நேரத்துக்கும் மேலாகியும் அவள் வரவில்லை என்பதால் காத்துக் கொண்டிருக்க பொறுமையின்றி அவன் அவள் வீட்டுக் கதவைத் தட்டினான். அவள் உள்ளிருந்து பேசியது அவனுக்குக் கேட்கவில்லை. அவன் தொடர்ந்து தட்டிய வண்ணமிருந்தான். உள்ளிருந்தபடியே கத்திக் கொண்டிருந்தவள் அவன் தொடர்ந்து தட்டுவதை நிறுத்தாததால், டாப்ஸை மட்டும் மாட்டிக் கொண்டு வேகமாக வந்து கொண்டியை இழுத்து கதவைத் திறந்து விட்டபடி தன் அறைக்குள் அவன்

வருவதற்குள் சென்றுவிடலாம் என எத்தனித்தவளின் கால் கட்டைவிரல் கதவில் மோத வலியால் துடித்துப் போனாள். அவன் உள்ளே நுழைந்ததும் அவள் வலியால் துடிப்பதைப் பார்த்துப் பதறிப்போய் அவளருகே சென்றபடி ''என்ன ஆச்சுயே. என்ன ஆச்சு?'' என்றான்.

''கால் பெருவெரல. கதவுல மோதிட்டேன் மச்சான்''

''எங்க காட்டுடி?''

அவளும் தன்னிலை மறந்தவளாய் வலியில் தன் கால்விரலைக் காட்ட காலை அவனை நோக்கி திருப்பிக் காட்டினாள். குனிந்து பார்த்தான்.

அங்கே மெழுகில் மெழுகிய செவ்வாழை தண்டாட்டம் அவளது கால்கள் பளபளத்துக் கொண்டிருந்தது. அத்தனை நெருக்கமாய் ஒரு பெண்ணை. அதுவும் அவன் காதலியை அப்படி ஒரு அரை நிர்வாணக் கோலத்தில் கண்டவுடன் தன்னிலை மறந்தவனாய் அவள் விரல் நீவ நீண்ட கைகள் அவள் தொடையில் படரத் துவங்கியது.

அவன் கைகள் அவள் கால்களை தீண்டியவுடன் வலியின் சுவடுகள் மறைந்து காமத்தின் ரேகைகள் அவளுக்குள்ளும் எழுச்சி கொண்டது. பெண்களின் கண்களில் விழுந்தவர்களே மீண்டதில்லை எனும் போது கால்களில் விழுந்தவன் நிலை?

விழுந்தவன் எழுந்தான். எழுந்தவன் அணைந்தான். அணைந்தவன் மீண்டும் விழுந்தான் அவளோடு. எழுச்சியும் வீழ்ச்சியுமாய் அங்கே ஒரு உன்னத இயக்கம் தோன்றியது. இதழியல் மோதல். ஈருடல் சேர்க்கை. ஓருடல் இயக்கத்தின் தொடர் முயற்சியால் கனலில் புனல் பாய்ந்தது. அவள் வெந்து தணிந்தாள். அவன் வீழ்ந்து அணைந்தான். இருவரும் களைத்து பிரிந்த கணத்தின் நீட்சியில் காமன் மீண்டும் அங்கு ஆட்சிக்கு வந்தான்.

அங்கே நொடிகள் புணர நிமிடம் பிறந்தது. நிமிடங்கள் புணர நாழிகைகள் உருக்கொண்டது. ஒருவழியாய் இருவரும் காமன்

கைப்பிடியிலிருந்து விடுபட்டபோது முழுதாய் ஒன்றரை மணி நேரம் கடந்திருந்தது. நேரம் பாராமல் கூடியவர்கள் நேரம் பார்த்து விழித்துப் பிரிந்தார்கள்.

பிரவீன் சொல்லொண்ணா உணர்வுகளுக்கு ஆட்பட்டுக் கொண்டிருந்தான். 'தான் அவசரப்பட்டு விட்டேனோ?' என தோன்றிய மறுகணம் 'நாம் தானே அவளைக் கெட்டிக்கப் போவது? இதில் தவறென்ன?' என மாற்றி ஆறுதல் சொல்லிக் கொண்டான். 'என்ன இருந்தாலும் கல்யாணத்துக்கு முன்னால் இப்படி அவசரப் பட்டிருக்கக் கூடாதோ?' என தோன்றிய போதே 'ஓரிரு மாதங்களில் அவள் படிப்பை முடிக்கும் முன்பேகூட கல்யாணம் செய்து வைக்க சொன்னால் மறுத்தா விடுவார்கள்?' என எண்ணங்களால் மாற்றி மாற்றி தவித்துக் கொண்டிருந்தான்.

ஸ்வீட்டியோ எந்தக் கவலையுமின்றி உற்சாகமாய் இருந்தாள். அவளுக்குள் முந்தைய தினம் ஏதோ ஒரு மூலையில் காரணமின்றி அழுத்திக் கொண்டிருந்த பயம் கூட இப்போது போன இடம் தெரியாமல் மறைந்து விட்டிருந்தது. அவள் எந்தக் குழப்பமும் இன்றி மிகத்தெளிவாய் இருந்தாள்.

மாலை 4.30 மணி...

பிரவீன்தன் பாட்டி வீட்டில் சிந்தனை வயப்பட்டவனாய் அமர்ந்திருந்தான். அவனுக்குள் இன்னும் மனக்கடல் ஓய்ந்திருக்கவில்லை. ஸ்வீட்டி உற்சாகமாய் அங்கு வந்தவள் ''என்ன மச்சான்... ரொம்ப பீலிங்கா இருக்கீங்க?'' என்றபடி அவன் காதருகே குனிந்து ''யாராவது ரேப் பண்ணிட்டாங்களா?'' என கிண்டலடித்தாள்.

''உன்னால எப்படியே இப்புடி இருக்க முடியுது?''

''என்ன எப்புடி இருக்க முடியுது?''

''இவ்வளவு சகஜமா எப்படியே?''

''மச்சான்... எப்படினாலும் நமக்குக் கல்யாணம் முடிஞ்சிட்ட பொறவு இதெல்லாம் நடக்குறது தான். அது இப்பவே நடந்திருச்சு அவ்வளவுதான்''

''நீ சாதாரணமா சொல்ற. நாளைக்கே ஒன்னு கெடக்க ஒண்ணு ஆயி. நாந்தான. மாமா அத்த மொகத்துல முழிக்கணும்?''

''அதுக்காக வாடைகக்கா மொகம் வாங்க முடியும்?''

அவள் ஏதேதோ பேசி அவனை இயல்புக்குத் திரும்பச் செய்து கொண்டிருந்தாள். ஜொஸியம்மே வீடு வந்து சேர்ந்தாள். கிச்சனுக்குள் போனவள் எல்லாம் வைத்தது வைத்தபடி இருக்க,

''ஏ!!! புள்ளையிளா... என்ன எல்லாம் அப்படியே இருக்கு. ரெண்டு பேரும் சாப்பிடலியா?''

''பசிக்கல ஆச்சி. பேசிக்கிட்டே இருந்தோம். நேரம் போனது தெரியல'' என்றான் பிரவீண்.

''என்ன நேரம் போனது தெரியலங்கிறீரு? சாப்புடாம கொள்ளாம அப்படியென்ன மாய சொக்குபொடி போட்டா ஒம் மாமன் மவ?''

''ஆமோ... அங்க போனீங்களே என்ன ஆச்சு?'' என லாவகமாய் பேச்சை மாற்றினான். வழக்கம்போல சூட்டு வலிதான். இன்னும் ரெண்டு நா பாப்போம்னு டாக்டரம்மா சொல்லிட்டாக''

அவர்கள் பேசிக் கொண்டிருக்கும் போதே பிரவீணைத் தேடி அவனது நண்பர்கள் ரீகனும், சாமும் வந்தார்கள். அவனுக்கும் அங்கிருந்து சற்று நேரம் அவர்களோடு சென்று வந்தால் நன்றாய் இருக்கும் என தோன்றியதால் வேகமாய்க் கிளம்பிச் சென்றான்.

வழக்கம் போல் மோகன் அண்ணன் கடை.

''எல இப்படி வீட்டுக்குள்ளயே அடஞ்சு கெடக்கியே. நாங்க வந்தாதான் வெளிய வருவன்னு இருக்கியோ?'' ரீகன்

‘‘அதெல்லாம் இல்லல. நான் வந்தே நாலு அஞ்சு நாள்தான் ஆவுது. இங்க வீட்லையே நேரம் சரியாப் போவுது என்ன செய்ய சொல்ற?’’

‘‘அதுசரி! உனக்கென்னப்பா. லட்டு மாறி மாமன் மவ இருக்கா. நாளு பூரா அவளப் பாத்துக்கிட்டே கெடப்ப எங்களுக்கு அப்படியா?’’ ரீகன்.

‘‘உனக்கு வேற பேச்சே கெடையாதால?’’

‘‘சரி விடு. தேவையில்லாததப் போட்டு பேசாம அவன்கிட்ட விஷயத்தச் சொல்லு?’’ என ரீகனைப் பார்த்து சொன்னான் சாம்.

‘‘என்னல விஷயம்?’’ பிரவீன்.

‘‘அவஞ் சொல்லுவான் இரு’’ சாம்.

பிரவீன் ரீகனை ஏறிடவும். ‘‘மாப்ள, நாளக்கி சனிக்கிழம. பயலுவ எல்லாருக்கும் லீவு. நீ வேற வந்திருக்க. நாம காலையில ஒம்போது பத்து மணி போல ஆத்தூருக்கோ ஏரலுக்கோ போய் நல்லாக் குடிச்சிட்டு குளிச்சிட்டு மதியம் போல வந்திரலாம்ல’’

‘‘திடீர்னு சொன்னா எப்புடில? வீட்ல ஆச்சிகிட்ட சொல்ல வேண்டாமா?’’

‘‘ஆம உங்க ஆச்சிகிட்ட அத்தகிட்ட எல்லார்டையும் சொல்லிட்டு பெர்மிஷன் வாங்கிட்டு வால. பேசுறான் பாரு கேனத்தனமா. எதாவது சினிமா கினிமா போயிட்டு வாரேன்னு சொல்லிட்டு வருவியா அதவுட்டிட்டு’’

பிரவீனுக்கு ஏனோ அவர்களுடன் செல்ல விருப்பம் இருக்கவில்லை. ஆனாலும் அவர்களிடம் அப்போது முகத்தில் அறைந்த மாதிரி தான் வரவிரும்பவில்லை எனச் சொல்லவும் பிரியமில்லை. எவ்வளவோ பிடிகொடுக்காமல், பேசி சமாளித்துப் பார்த்தான் அவர்கள் கேட்பதாய்த் தெரியவில்லை. ‘சரி நாளை பார்த்துக் கொள்ளலாம்’ என எண்ணியவாறு அவர்களுடன் பேசிவிட்டு வீட்டுக்குச் சென்றான்.

அவன் வீடு திரும்பிய போது அவனது மாமாவும், அத்தையும் வந்திருந்தனர். துக்க வீட்டுக் கதைகளையும், தன் அக்காளுக்கும் தனக்குமான நினைவுகளையும் சோபியா பிரவீணிடமும், ஜொஸியம்மேவிடமும் பகிர்ந்த வண்ணமிருந்தாள். அப்படியே பேச்சு வாக்கில் மறுநாள் மாலை குடும்பத்தோடு அனைவரும் மாதா கோவிலுக்குச் செல்ல வேண்டும் எனவும் முடிவு எடுக்கப்பட்டது. அப்போது ஸ்வீட்டி தனக்கு நாளை காலையில் கல்லூரியிலிருந்து திரியாத்திரை பூசை இருப்பதாகச் சொன்னாள். அவர்கள் கூடி உணவருந்தத் துவங்கிய போது, ஸ்வீட்டி பிரவீணுக்கு மட்டும் கேட்கும் விதமாய் தன்னை நாளைக்கும் அவன்தான் திரியாத்திரை பூசைக்கு அழைத்துச் சென்று கூட்டிவர வேண்டும் எனதிடமாக கூறினாள்.

திருயாத்திரை... என்பது தான் மருவி திரியாத்திரை என வழங்கப்பட்டு வருகிறது. அதற்குப் புனித பயணம் என்று பொருள். பனிமயமாதா கோயிலின் திருவிழா காலங்களில் இப்படி ஒரு பழக்கமுண்டு. தூத்துக்குடியில் உள்ள ஏனைய பங்குகளில் உள்ள சபைகளில் இருந்தும், கிறுத்தவ கல்வி நிறுவனங்களில் இருந்தும் திருவிழா நடக்கும் பத்து நாட்களில் ஏதேனும் ஒரு நாளின் ஒரு பொழுதில் தமது பங்கிலிருந்தோ அல்லது கல்வி நிறுவனத்திலிருந்தோ திரியாத்திரையாக மக்கள் ஒன்றுகூடிக் கிளம்பிச் சென்று பனிமய மாதாவிற்குத் திருப்பலி நிறைவேற்றி வழிபட்டு வருவர்.

பிரவீணுக்கு அன்றைய இரவு அத்தனை நீளமானதாய் இருந்தது. அவனுக்குத் தூக்கம் பிடிக்கவேயில்லை. தனது இத்தனை ஆண்டுகள் தவத்தை ஒருசில நொடிகளில் அவள் களவாடிச் சென்றதை எண்ணி தவித்துக் கொண்டிருந்தான். இன்னும் அவன் மேல் அவளது வாசனை படர்ந்து இருப்பதாகவே தோன்றியது. தலையணைகள் திடீரென்று அவளாய் மாறிவிடாதா? என எண்ணிக் கொண்டான். ஒருவித பரவசத்திலே மிதந்து கொண்டிருந்தான். அவனது ஆண்மை விரைத்து அவனை படுத்திக் கொண்டிருந்தது. வேறு வழியின்றி எழுந்து

குளியலறைக்குள் சென்று மதியம் அவளுடன் சல்லாபித்ததை எண்ணி எண்ணி சுய இன்பத்தில் திளைத்தான். விந்துகள் வெளியேறியவுடன் நிதானத்துக்கு வந்தவனாய். கொஞ்சம் கொஞ்சமாய் அயற்சி பரவ தூங்கிப் போனான்.

13

31, ஜூலை 2010...

அந்த நாளின் விடியல் மிக இயல்பாகவே இருந்தது. ஜொஸியம்மே வழக்கம் போல் 5.00மணிக்கு எழுந்தாள். காலைப் பணிகளை முடித்துவிட்டு காபி லோட்டாவோடு அமர்ந்து ஜெபமாலை உருட்டத் துவங்கினாள். அரைமணி நேரம் கழிந்ததும் கோயிலுக்குச் செல்ல கிளம்பினாள். அங்கே படுத்துக் தூங்கிக் கொண்டிருந்த பிரவீனின் கைலி விலகி இடுப்புக்கு மேல் இருந்தது. அவள் அவனது கைலியை சரியாக்கி விட்டு, போர்வையையும் அவன் மேல் போர்த்தி விட்டு கோயிலுக்கு இரண்டாம் பூசை காணச் சென்றாள்.

ஸ்வீட்டி காலையில் எழுந்து திரியாத்திரைக்குக் கிளம்பிவிட்டிருந்தாள். அவளுக்கு 6.15 மணிக்கு அலாய்சியஸ் பள்ளியிலிருந்து திரியாத்திரை ஆரம்பமாகும். பிரவீன் தன்னை அழைத்துச் செல்ல வருவான் என எண்ணியவள் அவன் எழுந்திருக்காததைக் கண்டு காலையிலேயே உஷ்ணமானாள். ‘சரி, வந்து பார்த்துக் கொள்ளலாம்’ என எண்ணியவளாய் தன் தந்தை ஜோசப்புடன் கிளம்பிச் சென்றாள்.

ஒருவழியாய் ஒன்பது மணிக்கு மேல் எழுந்தான் பிரவீன். அவன் எழுந்தவுடன் ஸ்வீட்டி முந்தைய நாள் திரியாத்திரைக்கு அழைத்துச் செல்லச் சொன்னது நினைவுக்கு வந்தது. இப்படி அடித்துப் போட்டது

போல் அவள் சொன்னதைப் பற்றிக் கவலைப்படாமல் தூங்கியதை எண்ணி தன்னையே திட்டிக்கொண்டான். ‘சரி, இன்று முழுக்க ஸ்வீட்டியின் கோபப் பார்வைக்கு தான் ஆளாக வேண்டுமே’ என எண்ணியபடி இருந்தான்.

அதற்குள் அவனை அழைத்துப் போக ராஜாவும், ரீகனும் வந்தார்கள். அவனுக்கு அவர்களிடம் மறுப்பு சொல்ல வழியின்றி அவர்களது வற்புறுத்தலால் வருவதற்கு ஒப்புக் கொண்டான். ஒருவழியாய் ஜொஸியம்மேவிடம் சென்று தான் அவர்களோடு படத்துக்குச் செல்வதாய் சொல்லிவிட்டுக் கிளம்பினான்.

மூன்று பைக்குகளில் மொத்தம் ஆறு பேராக. ஏரலை நோக்கிக் குளிப்பதற்கு விரைந்தார்கள்.

காலைச் சூரியன் இளம் வெயிலாய் ஒளிர்ந்து கொண்டிருந்தான். முத்தையாபுரம் தாண்டியதிலிருந்து, சாமைத் தவிர அனைவருமே வாய்ப்பு கிடைத்த இடங்களிலெல்லாம் வண்டிகளை நிறுத்தி முந்தைய தினமே வாங்கி கலந்து வைத்திருந்த சரக்குகளை காலி செய்தபடியே உற்சாகமாய் சென்று கொண்டிருந்தார்கள்.

அவர்கள் நிறுத்தி நிறுத்தி சென்றதால் ஏரலைச் சென்றடைய ஒன்றரை மணி நேரத்திற்கும் மேலாகியிருந்தது. ஒருவழியாய் ஆற்றை வந்து அடைந்தவர்கள். அங்கேயும் ஒரு பெக்கைப் போட்டுவிட்டு குதூகலமாய் ஆற்றில் இறங்கி குளிக்கத்துவங்கினர்.

‘‘ஏல மயிரு ஒன்னயெல்லாம் மனுசன்னு மதிச்சு ஒருத்தன் பொண்ணு கொடுத்திருக்கான் பாரு. அவனச் சொல்லணும்ல. கல்யாணத்த முடிச்சிட்டு இப்புடி குடிச்சிட்டு அலையிறியல’’ பிரவீன்.

‘‘மாப்ள சாமி, அன்னைக்கு இவனப் பாக்க போனப்பவும் உன்னப் பத்தி பேசும்போது இதே மாறி கேவலமாத்தான்ல சொன்னான்’’ ரீகன்

‘‘விடுல, நம்ம மாப்ள தான’’

''எல மயிரு, அவன் அப்ப உன்னப் பத்தி அப்படி சொல்லும்போது கூட நான் எவ்வளவு பெருமையா உன்னய பத்தி சொன்னேன் தெரியுமா?''

''அப்படி என்னல சொன்னே?'' அப்பாவியாய் சாமி.

''நீ இப்படி மோசமா பேசுறத சாமிகேட்டா நாண்டிட்டு செத்திருவாம்னு? உன்னப் பத்தி பெருமையா ஒரு கவரிமான் ரேஞ்சுல சொல்லிவச்சா, நீ மாப்ள தான்லன்னு நக்கிட்டு அலையிற''

''எல அவனப் போட்டு ஏன் நோண்டிக்கிட்டு... விடுல ரீகன்'' ராஜு.

''நம்ம எல்லாம் இப்படி ஒண்ணா வெளியே வந்து எவ்வளவு நாளாச்சு என்ன மாப்ள?'' சாமி.

''ஏழு வருசமா கடல்ல கடந்திட்டு மாப்ள இப்பதானல வந்திருக்காம்?'' ரீகன்.

''நானும் வந்ததுல இருந்து பாக்கேன். நம்ம காம்பவுண்டே ரொம்ப மாறிப்போச்சேல? பழைய ஆள்க நிறைய பேர காணோமே? எல்லாம் புதுசு புதுச்சால்ல தெரியுறாங்க?'' பிரவீன்.

''பெரிய காம்பவுண்ட்ல தான் முதல்ல ஒண்ணு ரெண்டா காலி பண்ண ஆரம்பிச்சாங்க, இந்த நம்ம சாமி வீட்ல, எங்க வீட்ல. அப்புறம் நம்ம கிறஸ்டோபர் அண்ணன் ஞாபகம் இருக்கா? அதான் எஸ்தர் பாட்டி வீட்ல, இப்படியே ஒவ்வொண்ணா வெளியில போக ஆரம்பிச்சாங்க'' சாம்.

''கிறிஸ்டோபர் அண்ணன் எங்கல இருக்காரு இப்போ? நாமெல்லாம் முன்னாடி பெரிய காம்பவுண்டே கெதின்னு விளாண்டுகிட்டே கெடப்போமே பெட் மேட்சு அது இதுன்னு எவ்ளோ ஜாலியா இருக்கும். அப்பல்லாம் கிறிஸ்டோபர் அண்ணன்னா மலைப்பா இருக்கும். அவரு செகண்ட்ஸ் டீமில இருந்தாரு என்ன?'' பிரவீன்.

''மறக்க முடியுமா மாப்ள. எல உனக்கு ஞாபகமிருக்கு இப்ப நம்ம சாம் வீடு இருக்குற எடத்த கொடுக்காப்புளி காம்பவுண்டின்னு சொல்வோமே அங்க ஒரு பெட் மேட்ச் நடந்து செம ரகளையா இருந்திச்சே?'' ராஜா.

''பிரவீன்தாம்ல அன்னைக்குக் கலக்கி எடுத்துட்டானே. பெரிய தெரு பயலுவளுக்கு நம்மன்னாலே ஒரு எளக்காரமாத்தான் அலையிவானுங்க. அன்னைக்கு மேச்சுல பிரவீன் குடுத்த குடுப்புல அதுக்கு அப்புறம் நம்ம பக்கமே அவனுவ வர பயந்திட்டான்வள்ள'' சாமி.

''கோலிக்கா, பம்பரம், சில்லி பந்து, எறிபந்துன்னு காம்பவுண்டே நம்மளால கலகலக்கும். இப்ப பாரு நம்ம காம்பவுண்டே 'ஓ'ன்னு கெடக்கு'' ராஜா.

''ஏம்ல, இப்ப பொடிசுக கொறஞ்சி போச்சா?''-பிரவீன்.

''எல, இப்ப எங்கல புள்ளையல வெளியில விளாட விடுறாங்க? எல்லாம் வீட்டுக்குள்ளேயே. ரெஸ்லிங், ப்ளே ஸ்டேஷ்ன்னு ஆயிப் போச்சா? முன்ன மாறி இல்லாம புள்ளையிலு விளாட்டுலாம் கொறஞ்சு போச்சுல'' ரீகன்.

''நாம அப்படி அன்னைக்கு ஒண்ணா விளாண்டு சுத்துன பழக்கத்துக்கு தான ஆளாளுக்கு ஒரு பக்கமிருந்தாலும் இப்பவும் இத்தன வருசங் கழிச்சும் இப்படி ஒண்ணா இருக்க முடியுது, என்ன மாப்ள?'' ராஜா.

''ஆம மாப்ள... நானும் வந்ததுல இருந்து பாக்கம்... இராத்திரி ஏழு, எட்டு மணிக்கெல்லாம் நம்ம காம்பவுண்ட் அடஞ்சு போயிறுதேல..? அப்பலாம் இராத்திரி சாப்பிடு முடிச்சு எங்க வீட்டு முன்னால எங்கத்த, மல்லிகாச்சி மருமக, ராஜா அக்கா, அப்படி இப்படின்னு ஒரு பெருங் கூட்டம் தாயம் வெளாடுறது, கழுத வெளாடுறதுன்னு களகெட்டுமே. இப்பலாம் அப்படி யாரும் வெளிய வரக் காணோமே...''

''எல்லா டி.வி சீரியல்னு வீட்லயே முடங்கிறுதுக. பொறவு எங்கல வெளிய கத பேச...''

''முன்னாடி பிரேம் வீட்ல மட்டும்தான் டெக் இருக்கும், அங்க லீவன்னைக்கிப் போடுற படத்துக்கு அவுக வீட்ட அடச்சு வெளியேயும் கூட்டமா இருக்கும்ல? அவிச்ச கடல, செலந்தின்னு எதையாவது தின்னுகிட்டு அப்ப படம் பாக்குறதே பெரிய சொகம். ஆயிரந்தாம் இருந்தாலும் அதுமாதிரி இப்ப வராதுல. என்னதாம் டிஜிட்டல் மயிரு மண்ணாங்கட்டினாலும் அது தனி சொகந்தான்''

''ஆமல மாப்ள, அப்பயெல்லாம் வெள்ளிக்கெழமன்னா ஒளியும் ஒலியும் எப்போ போடுவான்னு கனியாச்சி வீட்ல ஒரு பெருங் கூட்டமே இருக்கும். சனிக்கெழம சாய்ந்திரம் ஹிந்தி படம் . பொறவு ஞாயித்துக்கெழமைக்குப் போடற தமிழ்படம்னு அது ஒரு கொண்டாட்டம் தான். இப்ப ஐ பாட், அது இதுனு வந்திட்டு. அப்போல்லாம் வாக்மேனை காதுல மாட்டிக்கிட்டு சீன் போட்டவன்லாம் இப்போ எவ்ளோ மொக்கையாயிட்டான் பாத்தியா?''

''கப்பல்ல படம்லாம் பாப்பிகளால? கடல்ல எப்படில பொழுது போவும்?''

''மாப்ள புதுசா சைன் -ஆன் பண்ணி வர்றவனுவ சி.டி அது இதுன்னு கொண்டு வருவான்வ, அது மட்டுமில்லாம போர்ட்டு புடிக்கச்ச வெளிய எங்கனா போனா அங்கையும் வாங்கலாம். ஆனா படம் பாத்துலாம் பொழுது போகாதுல''

''எத்தன நாட்டுக்குப் போயிருப்ப?''

''சிங்கப்பூர், மலேசியா, கல்ப் கண்ட்ரீஸ், ஈஜிப்ட், ஜோர்டான், யு.கே, யு.எஸ், ஹாங்காங், ஜப்பான், சைனா, பிரேசில், ஆஸ்ட்டேரேலியா'' எல்லாம் போயிருக்கன். அது கப்பல் ஒவ்வொரு நேரமும் போற ரூட்டைப் பொறுத்து. பெரும்பாலும் ஒரு வாயேஜ்ல ஒரே ரூட்தான்''

"எல சோமாலியா பக்கம்லாம் போயிருக்கியா...?"

"ஆமோ, போயிருந்தா மாப்ள நம்ம கூட இப்படிப் பேசிட்டு இருந்திருப்பானா?"

"அதெல்லாம் இல்ல மாப்ள, நானும் அங்கெல்லாம் போயிருக்கேன். நீ சொல்ற ஈஸ்ட் ஆப்பிரிக்கா பக்கமும் ஒரு வாயேஜ்ல எங்க ரூட்டா இருந்திருக்கு... ஆனா ஒண்ணு தெரிஞ்சிக்க. அங்க உள்ள பைரேட்ஸ் கப்பலப் புடிச்சாங்கன்னா கடத்தி வச்சிட்டு ஏதாவது டிமாண்ட் பண்ணுவாங்க. குடுத்திட்டா விட்டிருவானுக. ஆனா, இதுவே வெஸ்ட் ஆப்ரிக்கா பக்கம்னா பேச்சே கெடையாது. கப்பல்ல இருக்குறவுங்களப் போட்டிட்டு கெடச்சத எடுத்திட்டு போயிருவானுங்க. ஆனா இதுக்கெல்லாம் காரணம் அமெரிக்காவும், பிரிட்டனும் தான். 90களில் இருந்தே Peace keeping troops-ன்னு சொல்லி அமெரிக்காவும், பிரிட்டனும் அங்க படைகள அனுப்பி சோமாலியர்கள ஆயுதம் ஏந்த வச்சாங்க. Battle of Mogadishu-வுல ஆரம்பிச்சு இன்னைக்கி வர Islamic court union-ங்கிற அமைப்புக்கு அல்கொய்தாவுடன் தொடர்பு இருக்கிறதா சொல்லி அங்க தொடர்ந்து தாக்குதல் நடத்தி அங்க ஒரு நிலையற்ற தனத்த உருவாக்குனது இந்த அமெரிக்கா தான். அதுனால தான் அங்க கடல் கொள்ளைகளும், ஆயுதம் தாங்கிய தீவிரவாதமும் தலையெடுத்திச்சி, இப்ப இவங்களே தங்கள ஹீரோவாக் காட்டிக்கிட்டு கடற்கொள்ளையர்களை முறியடிக்கிறோம்னு திரியிறானுங்க. நம்மூர்ல சொல்வாங்கள்ல கொழந்தையையும் கிள்ளிவிட்டு தொட்டிலையும் ஆட்டுனானாம்னு அந்த கத தான். என்னக் கேட்டா சோமாலியக் கடல் கொள்ளையர்களாவது அவங்களோட தேவைக்குக் கொள்ளையடிக்காங்க அதுவும் அவங்க கேட்டத குடுத்தா விட்டிருவாங்க. ஆனா அமெரிக்கப் பயலுக இருக்கானுவளே, அவனுவதான் மோசமான தயோலிக"

"அப்ப உங்க கப்பலுக்குப் பிரச்சன ஏதும் அப்ப வரலியா?"

‘‘முன்ன மாறி இல்ல. இப்ப கப்பல்களுக்கு ஆர்ம்டு கார்ட்ஸ் குடுத்திருவானுங்க. வேகமாப் போற கப்பலா இருந்தா அதுவும் தேவையில்ல, நாம கப்பலோட ஸ்பீட கூட்டிட்டாலே அவனுங்களால பக்கத்துல கூட வரமுடியாது. பெரிய அலைகளை உருவாக்கி அவனுங்கள நெருங்க உடாம செஞ்சிருலாம்’’

‘‘நீ என்னவால அங்க இருந்த?’’

‘‘மொதல்ல டிரையினி கேடட் ஆகத்தான் ஏறுனேன், அப்புறம் கேடட் ஆகி, ஓ.எஸ் ஆகி, அப்புறம் ஏ.பியா புரொமோட் ஆகி கடைசியா இப்ப போஸன் ஆக ஒரு வாயேஜ் அடிச்சிட்டு இறக்கி இருக்கேன்...’’

‘‘எப்படில தொடர்ந்து ஏழு வருஷம் கப்பல்ல இருக்க முடிஞ்சிது?’’

‘‘எல நான் ஊருக்கு வந்துதான் ஏழு வருஷோம் ஆச்சு. அதுக்காக தொடர்ந்து கப்பல்லேவா கெடந்தேன்’’

‘‘பொறவு?’’

‘‘ஒரு வாயேஜ் அதிகபட்சமா ஒம்போது பத்து மாசந்தாம்ல, அந்த காண்ட்ராக்ட் முடிஞ்ச இரண்டு மூணு நாளு ஏன் செல சமயம் ஒரு மாசம் வரக்கூட பாம்பேல இருப்பேன். அப்புறம் மறுபடியும் ரெடினஸ் கொடுத்து மறுபடியும் ஏறிருவேன். என்ன அந்த நேரம் நான் யார்கிட்டேயும் இங்க பேசுறதில்ல. பேசுனா ஒருவேள மனசு மாறி ஊருக்கு போவத் தோணிருமோன்னு பயந்து அங்கேயே இருந்து கப்பல் ஏறிருவேன்’’

‘‘ஏம்ல அப்படி செஞ்ச? அப்பப்ப வந்து போயி இருந்துருக்கலாம்ல? இங்க யாரு மேல அப்படி என்ன வெறுப்பு ஒனக்கு...?’’

‘‘சே... சே... அப்படிலாம் இல்லல அம்மா, தாத்தா, அப்பான்னு தொடர்ந்து வீட்ல ஒவ்வொரு சாவா விழுந்திட்டு கடைசியா அப்பாவும்

எறந்த உடனே எல்லாம் விட்டுப் போச்சு. எப்படித்தான் அதுக்கு பொறவு வாழணும்னு நெனச்சன்னே தெரியல. அந்த நேரம் பாத்துதான் வேலையும் கெடச்சிது மசிரு வரவே கூடாதுன்னு. அப்படியே போயிரணும்னு தோணிச்சு. அதாம்ல என்னத்த சொல்ல''

தங்கள் பழைய நினைவுகளை அசைபோட்டபடி ஆற்றில் மிதந்து கொண்டிருந்தவர்கள் மத்தியில் இப்போது கனத்த மௌனமும், ஆற்றாமையும் நிலவியது. பிரவீன் கண்களில் அவனையும் அறியாமல் நீர் செறிந்த வண்ணம் இருந்தது, நீருக்குள் அவன் இருந்தாலும் அவன் கண்கள் சிவந்து அதனைக் காட்டிக் கொடுத்தது.

சாம் சுதாரித்தபடி சூழலை மாற்ற ''எல மறுபடியும் ஒரு பெக் போடுவோமா?'' என்றான்.

''அட மயிரு, எல யாரு என்ன கேக்கா பாரு'' என சிரித்தபடி ரீகன் இயல்பாக்க முயன்றான். பிரவீனும் சிரித்தபடி, ''சரி வாங்கல மாப்ளையே சொல்லிட்டான். ஒரு பெக்போடுவோம்'' என்றபடி கரையேறினான். மற்றவர்களும் அவனைப் பின் தொடர்ந்தார்கள். மீதம் இருந்தவற்றை குடித்துவிட்டு

''எல கடைசியா ஒரு முங்கு முங்கிட்டு போயிருவோம்ல'' ராஜா.

பிரவீன் ''எல இப்படியே நின்ன எடத்துலயே நின்னு முங்குறது நக்குனதுலாம் போதும். அதுக்கா இவ்ளோ தூரம் வந்தோம்? அக்கறை வரைக்கு நீந்திப் போயிட்டு வருவோம்ல''

''என்னய போட்டுத் தள்ளனும்னு முடிவு பண்ணிட்டியோல? நானே நீச்சல் தெரியாம மெயிண்டன் பண்ணிக்கிட்டு இருக்கேன். இதுல அக்கறைக்கு எங்க போவ?'' சாமி.

''நீச்சல் தெரியாதவம்லான் ஏம்ல ஆத்துக்குக் குளிக்க வாரீங்க? கழுத வயசாச்சு நீச்ச தெரியலன்னு சொல்ல வெக்கமா இல்லயால?''

''அட மயிரு. நீ கப்பல் வேல பாக்குறவன் உனக்கு நீச்சல் தெரிஞ்சிருக்கணும். மளிக கடை வச்சிருக்கவனுக்கு எதுக்குல நீச்சல்

தெரியனும்?'' சாமி.

''வாயிலயே நீச்சல் அடிக்கிறதுல ஒண்ண அடிக்க ஆளே இல்லல'' ராஜு.

''சரி. நீச்சல் தெரிஞ்சவம்லா வாங்கல அக்கறைக்கு போயிட்டு யார் முதல்ல வர்றாங்கன்னு பாப்போம்'' பிரவீன்.

''நான் ரெடி மாப்ள'' சாம்.

''எல, நீங்க ரெண்டு பேருமே நீந்திட்டு வாங்கல'' ரீகன்.

''போங்கல மொன்னக் கூதிகளா. சரி! நீவா மாப்ள''

என்றபடி பிரவீனும், சாமும் அக்கறை நோக்கி நீந்தத் துவங்கினார்கள். ஆரம்பத்தில் இருவரும் ஒன்றுபோல் நீந்துவது போல் தெரிந்தாலும் பிரவீன் சாமைக் காட்டிலும் அதிகவேகமாய் நீந்த பிரவீணே அக்கறைக்கு முதலில் சென்று சேர்ந்தான். அக்கறை சென்று கரையேறியவன் சாமிற்காகக் காத்திருந்தான். சாமும் ஒருவழியாய் ஒரு சில நிமிடங்களில் கரை வந்து சேர்ந்தான். அங்கே நால்வரும் ஒருவருக்கொருவர் பேசிக் கொண்டும் இவர்களுக்காகப் பார்த்துக் கொண்டும் இருந்தார்கள்.

மீண்டும் அக்கரையிலிருந்து சாமும், பிரவீணும் ஒன்றாக நீந்தத் துவங்கினார்கள். இம்முறை அவ்வப்போது பிரவீன் தண்ணீருக்குள் முங்கிய வண்ணம் உள்நீச்சலாய் வந்து கொண்டும், இடையில் நின்று இளைப்பாறிக் கொண்டும் வந்தான். சாம் இம்முறை அவனைக் காட்டிலும் வேகமாய் அக்கரை வந்து சேர்ந்தான். சாம் அவர்களை நெருங்கிய பின்னே அவர்கள் நால்வரும் அவனை கவனித்தார்கள்.

சாம் ''எல என்ன பெரிய கப்பங்காரங்கிறாம்.. எங்கல அவன?''

''ஒங்கூடத்தாம்ல வந்திட்டு இருந்தான். நீ இங்க வந்து அவன எங்கன்னா எப்புடி?'' ரீகன்.

''மாப்ளைக்கு மூச்சு வாங்கிருச்சு போல. பெரிய மயிரு மாறி உள்நீச்சல் போட்டு வந்தாம்ல. எங்கையாவது நிப்பான்'' என சாம் சொல்லவும் அவர்கள் கொஞ்சம் சமாதானமாகிப் பேசிக் கொண்டிருந்தார்கள்.

அவ்வப்போது பேசிக்கொண்டே அவன் வருகிறானா என்று அக்கரை நோக்கியும் பார்த்துக் கொண்டார்கள். பிரவீனின்தலையே தென்படவில்லை. சாம் வந்து பத்து நிமிடத்திற்கு மேலாகியும் பிரவீன் வராததால் கொஞ்சம் கொஞ்சமாய் அவர்கள் அவனைத் தேட ஆரம்பித்தார்கள்.

''எல மாப்ள... உங்கூடத்தான வந்தான்? இல்ல அக்கரையிலேயே நின்னுட்டானா?'' ராஜா.

''எல நான் தான் சொல்றம்ல. எனக்கு முன்னால அவன்தான் முதல்ல அங்க இருந்து உள்நீச்சல் போட்டபடி நீந்துனான்'' சாமிற்கு மெல்ல படபடப்பு அதிகரித்தது.

''மாப்ள பைக்க எடுத்திட்டு அக்கறைக்கு போயி அவன் நிக்கானான்னு நான் பாத்திட்டு வர்றம்ல'' -ராஜு

''எல நானும் வாரேன்'' சாமி.

''சாம் நீயும் ராஜாவும் அக்கரைக்கு நீந்திப் போய் பாருங்கல. நான் இங்கன பாக்குறேன்'' ரீகன்.

திசைக்கொரு பக்கமாய் அவனைத் தேடத் துவங்கினார்கள். அரைமணி நேரத்திற்கு மேலாகியும் அவன் தென்படாததால் அவர்களுக்குள் பதட்டம் அதிகரித்தது.

''மாப்ள வேற வழி இல்ல ஒண்ணும் யோசிக்காம பக்கத்துல போலிஸ் ஸ்டேஷன்ல சொல்லி. அவங்களையும் தேடச் சொல்லுவோம்ல'' ரீகன்.

‘‘மடக்கூதிமவன்மாறிபேசாத. நாமதண்ணிஅடிச்சிருக்கோம்ல’’ ராஜா.

‘‘தண்ணிதான அடிச்சோம். கொலையா செஞ்சோம். நீ சும்மா இருல யாரு எங்கூட வாரா?’’ ரீகன்.

சாமும் ரீகன் சொல்வதே சரியென்று சொல்ல, ராஜாவையும், ராஜூவையும் அங்கே நிற்க செய்துவிட்டு மூவரும் ஏரல் காவல் நிலையத்திற்குச் சென்று படபடப்போடு விஷயத்தை விவரித்தனர். அங்கே அவர்கள் தீயணைப்புத் துறையினருக்குத் தகவல் அனுப்பினர். ஒருவழியாய் இரண்டு மூன்று தீயணைப்பு வீரர்களும் அவர்களுடன் ஆற்றிற்கு சென்றனர்.

‘‘ஏம்ல பொத்திக்கிட்டு ஊர்ல கெடக்க முடியலியோ?’’

‘‘சனி, ஞாயிறு ஆச்சுன்னா தண்ணியடிச்சுட்டு இங்கக் குளிக்க வந்து எங்க தாலிய அறுக்க வேண்டியது’’

பதினைந்து இருபது நிமிட தேடலுக்கு பின்னும் பிரவீனைக் கண்டுபிடிக்க முடியாததால். மீண்டும் சாமிடம் அவர்கள் அக்கரையில் எங்கு கரையேறினார்கள்? அவன் எதுவரை சாமோடு ஒன்றாக நீந்தி வந்தான்? கடைசியில் அவனை எந்தப் பக்கத்தில் சாம் பார்த்தான்? என கேள்விகளால் துளைத்து எடுத்து மீண்டும் அவனைத் தேடி ஆற்றில் இறங்கினார்கள்.

இதற்குள் ராஜா பதற்றமடைந்தவனாய் 16-ஆம் காம்பவுண்டில் பிரவீனின்வீட்டிற்கும் மற்றவர்கள் வீட்டிற்கும் தகவல் கொடுத்திருந்தான். ஜோசப், ஜெயம்மாமா, டேவிட், கனியாச்சி வீட்டுப் பிள்ளைகள் என ஒரு பெரும் பட்டாளம் தூத்துக்குடியிலிருந்து ஏரலை நோக்கி விரைந்து வர ஆரம்பித்தனர்.

ஒருமணி நேரத்திற்கும் மேலான தேடலுக்குப் பிறகு தீயணைப்பு வீரர்களில் ஒருவர் மற்றவர்களுக்கு குரல் கொடுத்தார். அங்கே அவர்கள் சென்று பார்த்தபோது கால்கள் செடியில் சிக்கியவாறு தண்ணீருக்குள் விரைத்தபடி இருந்தான் பிரவீன்...

14

16-ஆம் காம்பவுண்டே துக்க கோலம் பூண்டிருந்தது. டேவிட்டின் செல்வாக்கால் அன்று சனிக்கிழமையாக இருப்பினும் பிரவீனின் பிரதேப் பரிசோதனையும் அதைத் தொடர்ந்த மற்ற போலீஸ் விவகாரங்களும் விரைவாகவே முடிந்து அவனது உடலை மாலை நான்கு மணிக்குள் தூத்துக்குடிக்கே கொண்டுவர முடிந்தது.

அவனது உடல் சின்னக் காம்பவுண்டின் வாயில் வழியே அவனது மாமன் வீட்டிற்குக் கொண்டுவரப்பட்ட போது மரண ஓலத்தால் அங்கிருந்த ஒவ்வொரு வீடும் அதிரத் துவங்கியது. ஏழு வருடங்களுக்கும் மேலாக கடலில் கிடந்து ஊருக்கு வந்தவனால் ஏழு நாட்கள் கூட நிலத்தில் வாழக் கொடுத்து வைக்கவில்லை.

மணவறையில் தன் மகளுக்கு இணையாக மாலையிட்டு கண்குளிரக் காணலாம் என கனவுகண்டிருந்த ஜோசப் அவனைப் பிணமாய் தானே தூக்கி வர வேண்டியதாகிவிட்டதே என நிலைகுலைந்து போயிருந்தார். கண்ணீர் காய்ந்த கன்னங்களோடு தொண்டை வற்றிப் போய் ஏதேதோ அரற்றிக் கொண்டிருந்தார்.

ஒரு மாயமானைப் போல வந்து தன் வாழ்வின் வசந்தங்களையெல்லாம் தன்னோடு அள்ளிச் சென்றவனை... ஆசையாசையாய் தன் இளமையை அள்ளிப் பருகியவனை, உயிரற்ற உடலாய். தன் வீட்டு நடுக்கூடத்தில் பிணமாய்க் கிடத்தி வைக்கப்பட்ட

போது அதுவரையிலும் அவன் மரணத்தை ஏற்றுக் கொள்ளாதிருந்த அவளது மனது உடைந்து கதறத் துவங்கியது. நிஜத்தின் வலி உரைத்தபோது பெருங்குரலெடுத்து அலறத் துவங்கினாள் ஸ்வீட்டி.

தலைவிரி கோலமாய் அவள் தன் மாரடித்துக் கொண்டு அவன் மேல் விழுந்து புரண்டு அழுதபோது அங்கிருந்த அனைவரும் செய்வதறியாது போய் உறைந்த கல்லாய் நின்றனர்.

''எதுக்கு மச்சான் ஏழு வருசம் கழிச்சு இங்க வந்தீங்க? இப்படி ஒரேடியா என்னைய விட்டுட்டு போய்ச் சேரவா?''

''இனி நாதியத்த மூளியா நான் வாழவா வந்தீக?''

''ஏம் மச்சான், என்னய இப்படி மோசம் பண்ணிட்டுப் போனீங்க,? நான் தான் இன்னக்கு என்னய கோயிலுக்குக் கூட்டிட்டு போவச் சொன்னனே? என்னய விட்டுட்டு சொல்லாம கொள்ளாம போயி பிணமா வந்து கெடக்கீகளே... என் உயிரு எங்க போச்சு?''

அவள் அரற்றிக் காற்றில் வீசிய கேள்விகளுக்கு அங்கிருந்த ஒருவராலும் பதில் சொல்ல முடியவில்லை. சோபியாவுக்கு மருமகனின் மரணம் ஏற்படுத்திய வலியைக் காட்டிலும் தன் மகளின் கதறல் அதிர்ச்சியாகவும் அவளை உருக்குலைத்தும் கொண்டிருந்தது. 16-ஆம் காம்பவுண்ட்டில் கலங்காதவரும் கதறியபடி இருக்க அங்கு வந்து சென்ற காற்றும் கண்ணீர் வடித்து செல்ல. ஜொஸியம்மே இரும்பைப் போல் புடித்த புடியாய் இமைகள் மூட மறந்தவளாய் பிணமாய் கிடத்தப் பட்டிருந்த தன் பேரன் பிரவீணையே உற்று நோக்கிக் கொண்டிருந்தாள். அவளது கண்களில் ஒரு சொட்டு நீர் கூட கோர்க்காமல் வெறித்தது வெறித்தபடியே இருந்தது. அவளை நெருங்கி ஏதேதோ சொல்லியபடி அவளை அழச்செய்ய தம்மால் முடிந்ததை அங்கிருந்தவர்கள் அனைவரும் செய்து பார்த்தார்கள். ஆனால் அவள் எதற்கும் கலங்காமல் யாரிடமும் பேசாமல் உறைந்து போய் வீற்றிருந்தாள்.

அவனது உடல் போஸ்ட்மார்ட்டம் செய்யப் பட்டிருப்பதால் அன்றே அடக்கத்தை முடித்துவிட வேண்டும் எனவும் சொல்லப்பட்டது. மேலும் வெளியூரில் இருந்து யாரும் வரவேண்டிய அவசியம் இல்லாததால் அன்றே அடக்கத்தை எடுக்க முடிவும் செய்யப்பட்டது. அந்தோணியார் கோயிலில் மாலை ஆறுமணிக்கு அடக்க பூசைக்கு நேரம் கொடுக்கப்பட்டது.

மாலை 6.00 மணி...

வண்ணக் கனவுகளோடும் நீண்ட பிரிவுக்குப் பின் உறவுகளை சந்திக்கும் ஆர்வத்தோடும் பழைய நினைவுகளைச் சுமந்தபடி வந்தவனுக்கு அள்ள அள்ளக் குறையாத அன்பைத் தர ஒரு குடும்பமும், உறவுகளாக உரிமை பாராட்ட 16-ஆம் காம்பவுண்ட் மக்களும், அவனது வாழ்வின் ஒவ்வொரு நொடியையும் வசந்தமாக்க அழகான காதலியும் இருக்க மரணம் அவர்களை முந்திக் கொண்டு அவனை மாலையிட்டு அழைத்துச் சென்றது. அந்தோணியார் கோயிலில் வைத்து அவனது இறுதிபலி நிறைவேற, ‘சென்று வா... கிறுத்தவனே’ என மலர்கள் தூவி, மக்கள் வெள்ளம் அவனைப் பற்றி பரிதாபமாகவும், பெருமையாகவும் பேசிக் கொண்டே பின் தொடர அவனது தாயும், தந்தையும் புதைக்கப்பட்ட இடம் மீண்டும் தோண்டப்பட்டு இருந்தது. கல்லறையில் வைத்து. செபங்கள் முனங்கி அவனது கையில் ஜெபமாலை அணிவித்து, ஓடி-கோலன் ஊற்றப்பட, வாழ்வின் வாசம் மறுக்கப்பட்டவன் மண்ணின் மடியில் புதைக்கப்பட்டான்.

2010 ஆகஸ்ட், 1...

அதிகாலை மணி 5.01...

ஜொஸியம்மே தன் பேரன் பிரவீன் தனக்கு எடுத்துக் கொடுத்திருந்த பட்டுப்புடவையை அணிந்தபடி கலையாத் துயிலில் இருந்தாள். இப்போது கடிகாரம் காலத்தை சரியாகவே காட்டியது. ஆனால்

ஜொஸியம்மே காலத்தைக் கடந்து தன் பேரனைக் காண பயணத்தைத் துவக்கியிருந்தாள். ஸ்வீட்டியோ தூக்கம் வராமல் தன் வயிற்றைத் தடவியபடி நம்பிக்கையோடு பிரவீனின் வருகைக்காக காத்திருக்கத் துவங்கினாள்...